वीज-वादळ-वर्षा

दिलीपराज प्रकाशन प्रा. लि.™

२५१ क, शनिवार पेठ, पुणे - ४११०३०.

दिलीपराज प्रकाशनाची सर्व पुस्तके आता आपण **Online** खरेदी करू शकता.
आमच्या **Website** ला कृपया एकदा अवश्य भेट द्या अथवा **Email** करा.
Email - diliprajprakashan@yahoo.in
www.diliprajprakashan.in

वीज-वादळ-वर्षा

गिरिजा कीर

दिलीपराज प्रकाशन प्रा. लि.™
२५१ क, शनिवार पेठ, पुणे - ४११ ०३०.

वीज - वादळ - वर्षा । Veej - Wadal - Varsha

◈ **प्रकाशक**
राजीव दत्तात्रय बर्वे, मॅनेजिंग डायरेक्टर,
दिलीपराज प्रकाशन प्रा. लि.
२५१ क, शनिवार पेठ, पुणे - ४११ ०३०.
☎ : २४४९५३१४, २४४८३९९५
२४४७१७२३ (सर्व फॅक्ससहित)

◈ ©**गिरिजा कीर**
५, झपूर्झा, साहित्य सहवास,
वांद्रे (पूर्व), मुंबई - ४०० ०५१.

◈ **प्रकाशन क्रमांक -** २२८५

◈ **प्रथम आवृत्ती -** ८ जून २०१६

◈ **ISBN -** 978 - 93 - 5117 - 124 - 9

◈ **अक्षरजुळणी -**
सौ. मधुमिता राजीव बर्वे,
पितृछाया मुद्रणालय, ९०९, रविवार पेठ,
पुणे - ४११००२.

◈ **मुद्रितशोधन -** पूजा कुलकर्णी

◈ **मुखपृष्ठ -** वृषाली धुमाळ

प्रस्तावना

कादंबरी सुरू होण्याआधी :-

हैदराबादच्या महाराष्ट्र मंडळात कथाकथन होतं. श्री. आनंद साधले आणि त्यांची पत्नी कार्यक्रमानंतर भेटायला आल्या. त्यांचं साहित्यिकांचं एक मंडळ होतं. साहित्यिक चळवळींशी संबंधित अशा मंडळींना माझ्याशी संवाद साधायचा होता.

मी आमंत्रण स्वीकारलं.

मोजक्या पंचवीसएक मंडळींशी झालेली ती प्रश्नोत्तरं अतिशय रंगली. साधले पती-पत्नी फार सुखावले. शेवटचा प्रश्न साधल्यांनीच विचारला,

"सध्या काय लिहिताय?"

"सध्या... थोडी गोंधळलेल्या अवस्थेत आहे. चक्रव्यूहात सापडलेय."

"म्हणजे? थोडं स्पष्ट कराल?"

"एका गृहस्थांनी आपल्या डायऱ्या माझ्या हाती दिल्यायत. मोठ्या विश्वासानं. त्यावर मी कादंबरी लिहावी ही त्यांची इच्छा. ती आत्मकथा विचित्र आणि तापदायक आहे."

"नाव नका सांगू हवं तर; पण कुठल्या गावचे ते गृहस्थ?"

"मी नावही सांगत नाही आणि गावही. पण जे घडलंय, ते कोकण आणि मुंबई या परिसरातच."

"ठीक. या कादंबरीचं कथानक सांगाल? इथं सगळे लेखक, विचारवंत, प्राध्यापक असेच लोक आहेत. विचाराला खाद्य मिळेल. मी सर्वांतर्फे विनंती करतो—"

"सांगते. लिहिताना त्यात अनेक बदल होतील. तुम्ही समजू शकता."

तेवढ्यात लस्सी आली. ती घेऊन सर्वांनी खुर्च्या बाजूला सारल्या. माझ्याभोवती

कोंडाळं केलं. आता ते २५x२ डोळे एक झाले होते. मी केंद्रस्थानी होते. मनाशी जुळवाजुळव करत मी एक आकृतिबंध तयार केला. 'ती सगळी माणसं' माझ्या मनाच्या रंगभूमीवर आली. आता मी फक्त सूत्रधार होणार होते. ती-ती माणसं त्यांच्या कथा-व्यथा घेऊन समोर येणार होती, हसणार होती, गहिवरणार होती, भान हरपून बोलणार होती. मी पण एक श्रोता होणार होते. फक्त माझं मन त्यांच्या हाती सोपवणार होते.

पूर्ण तासभर मी बोलले आणि पूर्णविरामाशी येऊन थांबले. आता निःश्वास, स्वत:शीच संवाद. नजर फक्त माझ्यावर. ती मंत्रभारली अवस्था क्षण-दोन क्षण. मग साधलेच उठून उभे राहिले.

"बाई, कुठच्याकुठं नेलंत! आता काही बोलायचं नाही, विचारायचं नाही. फक्त एक विनंती—"

"बोला."

"कादंबरी लिहून झाल्यावर पुस्तकरूपात येईलच ना?"

"अर्थात!"

"हे कथानक ऐकून मी फार अस्वस्थ झालोय. ही कादंबरी कुणाला अर्पण करणार आहात?"

"मी विचारही केला नाही. का हो?"

"तर मग मला अर्पण कराल?"

"तुम्हाला?...."

"हो, काही अडचण आहे?"

"अडचण कसली? पण पुस्तक अर्पण करण्यामागे काही भरीव अर्थ असतो, हेतू असतो. आपला तसा स्नेह नाही किंवा... मला नीट नाही व्यक्त करता येत; पण तुम्ही अनेकदा आमच्या घरी आला आहात, तुमचं लेखन उत्तम आहे, तुमच्याविषयी आम्हा दोघांना आदर आहे... पण—"

"गिरिजाबाई, आजवर मी तुम्हाला वा अन्य कुणाला असं विचारलं नाही. पण हे कथानक ऐकून मी हादरलो. पुरुषाच्या दु:खाला लेखिका किती चांगल्या पद्धतीनं हाताळते, हे ऐकून मी आतून हललो. अहो, मी असा रांगडा दिसत असलो तरी मनानं हळवा आहे. म्हणून मी विनंती करतो—"

"अहो साधले, तुम्ही मला सर्वार्थानं वडिलधारे आहात. तुम्ही संस्कृत पंडित आहात, तुमचं वाचन प्रगाढ आहे. तुम्हाला ही कांदबरी अर्पण करून मी माझाच सन्मान करून घेते आहे. मी जरूर तुम्हाला अर्पण करेन."

"शब्द देताय?"

"साधले, काय हे? ही काय प्रॉमिसरी नोट आहे? पण म्हणताच आहात तर या सर्व विद्वज्जनांच्या साक्षीनं सांगते, ही कादंबरी तुम्हालाच अर्पण करेन."

साधले समाधानानं हसले. सगळी बैठकच गंभीर, अबोल झाली होती. त्या शांततेचा भंग करत साधलेवहिनींनी आभार मानले.

***

मुंबईला आल्यावर मी पुन्हा एकदा डायऱ्या वाचायला घेतल्या. पूर्ण वर्ष असंच घरंगळलं. कुठून अन् कशी सुरुवात करावी? घडलंय तसंच, की काही बदल करावा? मी लिहीत होते, पानं फाडत होते, पुन्हा बैठक जमवत होते. मनासारखं जमत नव्हतं आणि अचानक एक दिवस मला हवं त्या पद्धतीनं सगळं डोळ्यांसमोर उभं राहिलं— ते गाव, तो माणूस, त्याचं घर आणि मग; तेच तर सांगतेय पुढच्या पानांत—

वीज-वादळ-वर्षा

१

आजच्या या पत्रानं मला फार चिंतेत टाकलंय. एक नवा विषय, नवी चिंता घेऊन माझ्यासमोर उभा आहे. तशी तर पत्रं येतच असतात. पण हे वेगळं आहे. एका प्रतिष्ठित माणसाची अखेरची इच्छा व्यक्त करणारं पत्र.

स्वत:विषयी पूर्ण माहिती देऊन पुढे त्यांनी लिहिलंय, "माझ्या आयुष्याची सगळी कहाणी तुम्हाला सांगायची माझी इच्छा आहे. मला हृदयविकाराचे तीन झटके येऊन गेलेत. आता चौथा मला घेऊन जाईल हे डॉक्टरांनीच सांगितलंय. मी मरणाला घाबरणारा नाही. ते मी स्वीकारलं आहे. तत्पूर्वी तुम्हाला भेटायची इच्छा आहे. तुम्ही म्हणाल, 'मलाच का?' सांगतो. मी तुम्हाला मराठी साहित्यातील सत्त्वशील लेखिका समजतो. मी जे सांगेन ते विकृत किंवा भडक स्वरूपात तुम्ही लिहिणार नाही, त्याचं भांडवल करणार नाही, याचा मला विश्वास वाटतो.

माझ्या या विश्वासाकरता तरी तुम्ही यावं. माझ्या घरी जी भाजी-भाकरी असेल ती आनंदानं खावी आणि माझी हकिगत ऐकून घ्यावी.

आपल्या उत्तराच्या प्रतीक्षेत.

आपला"

खाली सही होती. मी भांबावले, थोडी घाबरलेही. अशी पत्रं मलाच येतात की अन्य लेखकांनाही येतात? अशा वेळी ते काय करतात?

हे सगळं खरंच खरं असेल का की काही दगाफटका? काय करू? कुणाला विचारू? या पत्राकडे दुर्लक्ष करू का? एक लेखिका म्हणून मी इतकी थंड राहू शकते? एका अपरिचित माणसाची जीवनगाथा माझ्यापुढे उलगडणार आहे. काय रहस्य दडलं असेल त्यात? माणूस जाणून घेणं ही केवढी सुंदर गोष्ट आहे! अनायासे संधी चालून आलीय. मी तिकडे पाठ फिरवू?

माझा हॅम्लेट झालाय. टु बी, ऑर नॉट टु बी? हॅम्लेटच्या बापाचं भूत त्याला मार्ग दाखवत होतं. मला कोण दिवा दाखवेल? मी अशी दुबळी का झालेय? कसली भीती मला भेडसावतेय? जाऊन बघायला काय हरकत आहे? शेवटी मी निर्णय घेतला.

माझे निर्णय घरात कधीच, कुणालाच पटत नाहीत.

आताही तेच झालं.

"काय झाशीची राणी, जायचं नक्की ठरवलंत?"

"होय, आताच सांगितलं ना!"

"काय सांगितलं? काही सारासार विचार? कुणीही, काहीही सांगतं आणि तुम्ही ट्रंक-वळकटी बांधून तयार होता?"

"तीर्थयात्रेला नाही चाललेय मी; कुणी प्रतिष्ठित मनुष्य आपल्या आयुष्याची कहाणी सांगायला—"

"होय तर! तो प्रतिष्ठित आहे याचा दाखला आहे तुमच्याजवळ? तुम्ही कुणावरही विश्वास ठेवताच कशा? पुन्हा विश्वास ठेवून जायला निघता. तुमच्या धाडसी वृत्तीबद्दल मला बिलकूल शंका नाही. पण अशा अनोळखी ठिकाणी, अनोळखी माणसाच्या घरी जाणं धोकादायक ठरू शकतं, याची शंका नाही आली?"

"नाही आली खरी. लेखकानं शोध घेतला पाहिजे. घराच्या चौकटीत राहून जगाचं चित्र रेखाटायला गेलो, तर ते थिटंच होणार."

"काय टाळीचं वाक्य बोललात हो! इतर लेखिका पण असं शोधकार्य करत हिंडतात का? इंग्रजी पुस्तकं आणा, वाचा. सगळं जग कळेल तुम्हाला."

"मी 'इतर लेखिका' नाही. पुस्तक वाचून जग कळतं, माणूस नाही कळत. आणि प्रत्येक लेखकाची विचार करण्याची पद्धत वेगळी असते, जगण्याची तऱ्हा निराळी असते. मी माझ्या पद्धतीनं माणूस समजून घेते. तुम्हाला काय त्रास होतो?"

"त्रास हा होतो की, परमेश्वरानं अक्कल वाटली, तेव्हा तुम्ही नेमक्या संपावर का गेलात?"

"आता इथं माझ्या अकलेचा काय संबंध?"

"संबंध आहे तर! तुम्ही थोडाही विचार कसा करत नाही? महाराष्ट्रातल्या यच्चयावत लेखक/लेखिका सोडून या भल्या गृहस्थानं तुम्हालाच का हाक मारली? बरं, त्यानं हाक मारली तर मारली, पण तुम्ही कशा लगेच 'ओ' देऊन धावत सुटलात? तुम्ही काय स्वत:ला मराठीतल्या शेक्सपिअर समजता की शॉ?"

"मी काहीही समजत नाही. लोक काय समजायचं ते समजतात. माझी

अक्कल निकालात काढायला ते माझा नवरा नाहीत. मी 'मी' आहे, हे त्यांना कळतं."

"आता मागच्या आठवड्यात त्या गृहस्थाचं पाकीट आलं ते फोडून वाचलंतच ना?"

"हे - हे म्हणजे फारच झालं. मी कशाला फोडून वाचू? तुम्हीच इथं उघड्यावर टाकलं होतंत. म्हटलं बाई वेंधळी आहे, एखादा एक कोटीचा चेक प्रकाशकानं पाठवला असेल म्हणून बघितलं, कारण तुम्ही म्हणजे 'म.म.ले. ना!"

"मी म्हणजे कोण?"

"ओरडता काय? तुम्ही म्हणजे म.म.ले. म्हणजे महाराष्ट्राच्या महान लेखिका. हे मी बोललो नाही बाबा! ते थोर अण्णा फणसे आणि कृष्णा करवार वदले."

"वदू देत. तुम्हाला एवढं खिऽकिकऽ करायला काय झालं? मी म.म.ले. असेन नाही तर रमले."

"देवी भांडकुदळ, मूळ मुद्दा बाजूला ठेवू नका. हजारो कवड्यांतून, लेखकांतून त्यांनी तुमची निवड केली. का? का?"

"अहो काका, त्यांनी पत्रात कारण दिलंय, ते वाचा. मी जाणारच!"

"जा बाई जा. आनंद आहे! बोलावणारे थोर आणि तुम्ही तर सत्त्वशील लेखिका. म्या पामरास यातले काय कळणार?"

"तुम्ही कितीही लागट बोललात तरी मी निश्चयापासून ढळणार नाही!"

आणि मी त्या गावी जाऊन ठेपले.

❖❖❖

२

धास्तावल्या मनानं मी दाराची घंटी वाजवली. घंटीच्या आवाजाबरोबरच माझ्या हृदयाची धडधड पण मला ऐकू येत होती. मी इथं आले खरी, पण काही चूक तर केली नाही ना? कोण असतील ही माणसं? पत्रावरून तर चांगले सभ्य गृहस्थ वाटले. तीन हार्ट अटॅक येऊन गेलेले. आपण विश्वास टाकला. खरं असेल ना ते? मनात हजार शंका. पण त्या सगळ्या याच क्षणी उद्भवाव्यात?

दार उघडलं. दारात एक प्रौढ स्त्री. काही माणसं पाहता क्षणीच आपलं मत चांगलं होतं. त्या तशाच होत्या. प्रसन्न हसून त्या म्हणाल्या, "मुंबईहून येणाऱ्या लेखिका-"

"हो, मीच."

"या ना. आपलीच वाट पाहतोय आणि सामान?"

"मी बाहेर उतरलेय. त्याचं महत्त्व नाही. आपण ओळख करून घेऊ, बोलू."

"हो. आतच या." आम्ही आतल्या खोलीत गेलो.

तिथं अंधारच वाटला. ते झोपले होते. त्यांच्या श्वसनाच्या आवाज जड येत होता. चेहरा रुंद. तसे स्थूलच वाटत होते. समोर रॅक. त्यावर खच्चून भरलेली पुस्तकं, फाईल्स, डायऱ्या, डाव्या हाताला छोटं मेज. तिथं व्यासमुनी. त्यांच्यासमोर गणेशजी लेखणी सरसावून बसलेले. बाजूला तांब्या, फुलपात्र. खोलीत धुपाचा मंद दरवळ. तर ही त्यांची अभ्यासिका! तरीही ते आजारी आहेत याची जाणीव देणारी औषधं उजव्या बाजूच्या स्टुलावर. मी अवघडलीशी उभीच होते. माझ्या चाहुलीनं ते जागले. डोळे उघडले. किंचित घोगऱ्या आवाजात म्हणाले, "बसा."

मी समोरच्या खुर्चीवर टेकले. दोन्ही हात जुळले, मस्तक नम्र झालं.

"आपण आलात. बरं वाटलं. मी आपला आभारी आहे. प्रवास ठीक झाला?"

"हो, आपण उठू नका. आपली तब्येत ठीक दिसत नाही. पाहिजे तर मी उद्या येते."

"नको, नको. मी गेले कित्येक दिवस असाच पडून आहे. डॉक्टरांनी कल्पना दिलीच आहे. फार थोडे दिवस हाताशी आहेत. डायऱ्या तयार आहेत. त्या तुमच्याकडे सोपवल्या की मी माझ्या ऋणातून मुक्त होईन. त्यासाठी तर तुमची निवड केली. मी स्वत:ला बंधन घातलं होतं. या कामातून मुक्त होईन तेव्हाच मरायला मोकळा होईन."

त्यांचं बोलणं अनाकलनीय वाटत होतं. कसलं ऋण? आणि स्वत: मुक्त होताना मला कोणत्या झंजाटात अडकवणार होते? माझी निवड केली म्हणजे? त्या बाईंना पाहून, ही खोली बघून मी थोडी शांत झाले होते. या त्यांच्या बोलण्यानं मला पुन्हा काळजीत टाकलं.

तेवढ्यात मधलं दार उघडलं. ते उठून बसत म्हणाले, "तुला काय हवंय? सांगितलं होतं ना मला ताईंशी महत्त्वाचं बोलायचंय, कुणीही व्यत्यय आणू नका म्हणून?"

"मी व्यत्यय आणत नाही. ताईंना काय चालेल विचारायला आलेय. कोकम सरबत, ताक, लिंबू सरबत?"

"काहीही चालेल" मी संकोचून म्हटलं.

"तरी? काय आवडेल?"

"लिंबू सरबत."

"आणते. अगदी पाच मिनिटांत."

लिंबू सरबत आलं. त्यांच्यासाठीसुद्धा. पूर्ण शांतता सोबतीला ठेवून दार बंद झालं. आता ते थोडे हुशारले होते. लोडाला टेकून सारखे होत म्हणाले,

"या डायऱ्या. तुम्ही त्या वाचून त्यावर कादंबरी लिहायची आहे. ही माझ्या आयुष्याची कहाणी आहे."

"मग तुम्हीच का नाही —"

"मी नाही ना लिहू शकत. का? याचं उत्तर या डायऱ्या वाचल्यात की मिळेल."

"काही गूढ, रहस्यमय?"

"प्रत्येक माणसाचं आयुष्य ही एक अप्रकाशित रहस्यमय कथा असते. सरळ, सपाट आयुष्य फार क्वचित पाहायला मिळतं. मला ते सगळं प्रकाशात आणायचंय. अनेक कारणांसाठी. पण त्यांच्याशी तुमचा संबंध नाही."

"संबंध आहे. एका अनोळखी व्यक्तीपुढे तुम्ही तुमच्या आयुष्याचं रहस्य उलगडताय, त्यावर लिहायला सांगताय. मग तुमचं जीवन मला पूर्णांशानं कळायला नको?"

"हे, हेच मला हवंय. तुमचं त्या विषयाशी एकरूप होणं. आता मी बोलतो. तुम्ही गप्प बसून फक्त ऐकायचं, मध्ये बोलायचं नाही. डायरीत आहेत त्या नोंदी. ही रोजनिशी नाही. जेव्हा जे वाटलं, ते ते टिपलं. प्रत्यक्षात काही बोलतोय. दोहोंची सांगड कशी घालायची, कादंबरीला पोषक बदल कसे करायचे हा तुमचा प्रश्न."

आणि ते बोलत सुटले, अफाट, मनाचा ठोका चुकवणारं. एक दुःख माझ्याशी बोलत होतं. 'हा सूडाचा इतिहास नाही, मला कुणाचा अपमानही करायचा नाही. ती माझी प्रवृत्ती नव्हे. मात्र सांगेन ते सत्य, नोंदी आहेत त्या सत्य. त्यांचं काय करायचं ते तुम्ही ठरवा. मी बोललो ते त्रिवार सत्य. आता थांबतो. बोललो नसतो तर फुटलो असतो...'"

जराशानं त्यांचा आवाज खाली आला. श्वास टाकत ते म्हणाले, "या आजारानं मी फार अस्वस्थ झालो. मी स्वतः लिहू शकत नाही. कुणाच्या स्वाधीन करावं कळेना. मी नेहमी आवडीनं वाचतो ते संस्कृत वाङ्मय, रामायण, महाभारत, पुराणकथा. पण गेल्या पाच वर्षांत कथा, कादंबऱ्या, आत्मचरित्रं वाचत होतो. मी लेखक शोधत होतो. तुमचं 'गाभाऱ्यातली माणसं' वाचून मी प्रभावित झालो नंतर 'माझ्या आयुष्याची गोष्ट' हे आत्मचरित्र हाती आलं. भारावून गेलो. माझी निवड नक्की झाली. तुम्हीही प्रतिसाद दिलात. खूप आभार. पण माझ्या काही अटी आहेत."

मला एकूणच प्रकार बुचकळ्यात टाकत होता. मी कोण, कुठची हे गृहस्थ कुठचे कोण? मला बोलावतात काय, मी पण येते काय, त्यांच्या जीवनावर लिहायला सांगतात काय आणि वर अटी पण घालतात? कमालच आहे.

"बाई, तुम्ही ऐकताय ना?"

"हो-हो!"

"हे लेखन कादंबरी स्वरूपात यावं."

"ठीक."

"मूळ नावं बदलावी लागतील.

"हो."

"स्त्रीच्या दुःखाबद्दल सगळे टाहो फोडतातच, मी पुरुषाचं दुःख जगापुढे ठेवायला निघालोय. तो रडू शकत नाही हो; आतल्या आत उद्ध्वस्त होतो, संपतो, आयुष्यातून उठतो. कुणाला कळतं? पुरुषदेखील बोटं दाखवतात; "हरामखोर!"

मी नाही कुणाची पर्वा करत, पण स्त्रीची करतो. तिच्या पदराची इज्जत करतो. मातृत्वाची पूजा करतो. म्हणून- म्हणून मी लिहू शकत नाही. तुम्ही हे जगापुढे आणा, तुम्ही —’’

त्यांचा श्वास मोठ्यानं होत होता. कपाळावर घाम डवरला होता. मी घाबरले. या माणसाला आत्ताच अटॅक आला तर.....?

एवढ्यात दार उघडलं. त्यांच्या पत्नी आत आल्या.

‘‘का आलीस तू? सांगितलं होतं ना—’’

‘‘होय डॉक्टरांनी सांगितलं होतं, मोठ्यानं ओरडून बोलायचं नाही, क्षोभ करून घ्यायचा नाही. तुम्ही आधी शांत व्हा बघू. तुमचा आवाज ऐकूनच मी आत आले. तुम्हाला घाम फुटलाय. चेहरा पण लाल झालाय. थांबा मी घाम टिपते.’’

‘‘मला ठाऊक आहे. पण हे काम मलाच पूर्ण केलं पाहिजे. नाहीतर प्रा.श्री. म. माटे यांच्या, ‘बिचारी सावित्री मुक्यानंच मेली’सारखी माझी स्थिती व्हायची.’’

‘‘असं काय बोलताय? खीर केलीय. आणू का?’’

‘‘नको.’’

‘‘नको कशाला? त्याही बसून अवघडल्यात. त्यांनाही ताण पडलेला दिसतोय.’’

‘‘बरं आण. मला नको.’’

‘‘सगळं नको. बोलून शक्ती जाते तुमची. डॉक्टरांनी सांगितलंय दर दोन तासांनी थोडं पोटात गेलं पाहिजे. तेवढा वेळ तरी शांत बसाल.’’

ते हसले. ती लगोलग खीर घेऊन आली. मी डायऱ्या चाळत होते. मध्ये दहा-एक मिनिटं अशीच गेली. अबोल, स्तब्ध. माझा अंदाज घेत ते मृदू स्वरात म्हणाले. ‘‘लिहाल ना?’’

‘‘प्रयत्न करेन.’’

‘‘प्रयत्न नको. मला वचन हवंय.’’ उत्तर देणं अवघड होतं. अशीही शक्यता होती की डायऱ्या वाचून माझ्या हाती काहीच लागलं नाही किंवा हाती लागूनसुद्धा ते लिहिणं मला शक्य होणार नाही, काही सुचणार नाही, ते कथानक मला लिहिण्यायोग्य वाटणार नाही.

त्या डायऱ्या एका पुरुषाच्या होत्या. त्याच्या भूमिकेत जाऊन त्याची स्पंदनं जाणून घेणं शक्य होईलच असं नाही. त्याचं दु:ख त्याच्या पद्धतीनं मांडणं मला अवघड जाईल. शिवाय या एकूणच घटनेची दुसरी बाजूही असू शकेल. ती मला कशी कळणार? आणि ती न कळता लिहिणं हे दुसऱ्या व्यक्तीवर अन्यायकारक ठरू शकेल. कदाचित् ती दुसरी बाजू मला जवळची वाटली तर? मी कुणाची बाजू

मांडू?....

"बाई, तुम्ही गप्प का?"

"मी डायऱ्या वाचून, विचार करून मग कळवू? चालेल?"

"नाही चालणार, तुम्ही मग नाही म्हणणार असाल तर माझ्या आयुष्यातल्या खाजगी गोष्टी मी तुमच्या पुढे उघड का करू?" बोलता बोलता त्यांचा आवाज थोडा हळवा झाला. " माझ्या हातात फार थोडे दिवस आहेत. डॉक्टरांनी त्याची स्पष्ट कल्पना दिली आहे. मला निश्‍चिंत मनानं जाऊ द्या.

"तुम्ही लेखिका आहात. मूळ संहितेत बदल न करता तुम्ही कथानकाची मांडणी करू शकता, त्यात स्वातंत्र्यही घेऊ शकता. नावं, स्थळ, काळ बदलू शकता. कल्पनेचा वापर करून नवं काही घालू शकता. मला वचन द्या—" त्यांनी हात पुढे केला, हातावरची सूज मला स्पष्ट दिसत होती आणि तुटलेली लाईफ लाईन सुद्धा! एरवी मी असल्या गोष्टींवर विश्वास ठेवत नाही पण इथं अविश्वास दाखवावा असं वाटेना. मी त्यांच्या हातावर हात ठेवला, "थँक्स!" त्यांनी समाधानानं हात बाजूला केला. गळून, थकून उशीवर डोकं टेकलं. डोळे मिटून घेतले.

मी अवघडलीशी बसून राहिले. थांबू की जाऊ? कळेना. त्यांनी तेवढ्यात डोळ्यांची हालचाल केली.

"मुक्काम किती?"

"उद्याच परतेन म्हणते. केवळ आपल्यालाच भेटण्यासाठी आले होते. जमलं तर जाण्यापूर्वी आपल्याकडे येऊन जाईन."

त्यांनी हात जोडले. मी खोलीबाहेर आणि मग घराबाहेर पडले. बाहेर आल्यावर मोकळा श्वास टाकला. खरं तर ती दोन्ही माणसं चांगली, बाईंनी अगत्यही दाखवलं. पण तरी त्या वातावरणामुळे असेल किंवा जे बोलणं झालं त्यामुळे असेल मी दबलेली होते, स्वस्थचित्त नव्हते. कथानक मिळूनही आनंद वाटला नाही. एक काळजीचं ओझं घेऊन मी बाहेर पडले होते.

रात्री झोप येईना. डायऱ्या चाळत बसले. एक-दोन-तीन घड्याळाचे काटे पुढे सरकत होते. केव्हातरी पहाटवाऱ्यानं स्पर्श केला आणि डायरी हातात असतानाच डोळे मिटले.

उठले तरी मी मनानं त्या डायरीतच अडकले होते. भाषा शुद्ध होती, पण पंतोजी पद्धतीची. पंचवीस वर्षं मागे नेणारी. शुद्धलेखन घालावं तशी. घटना होत्या. विचार होता पण त्यात गोडवा नव्हता. आयुष्याची रुक्ष वजाबाकी. मांडणीही अवघड होती. सुचेल तसा मजकूर मागे-पुढे घेतला होता. घटनाक्रम नव्हता, तारखा तर

नव्हत्याच. होता तो मनाचा उद्रेक, आक्रोश, ही पराभवाची गाथा होती.

दुसऱ्या दिवशी सकाळीच मी साडेदहा वाजता निरोप घ्यायला गेले. अगदी गाडीच्या वेळी धावपळ नको म्हणून. आश्चर्य म्हणजे ते आज उठून बसले होते. आपल्या मनावरचं ओझं माझ्यावर सोपवून ते निश्चिंत झाले होते का?

आज प्रसन्न चेहऱ्यानं ते नातवाला खेळवत होते. चार-पाच महिन्यांचं ते गुटगुटीत बाळ एकाग्रतेनं आजोबांकडे पाहात मांडीवर आरामात पडलं होतं. त्याचे टपोरे डोळे त्यांचा शब्दन्‌शब्द झेलत होते. श्लोक पठण चालू होतं. सावकाश शब्दोच्चार करत, खणखणीत स्वरात, आरोह-अवरोहासहित उच्चारल्या जाणाऱ्या त्या श्लोकांत विलक्षण सामर्थ्य होतं. दाराच्या चौकटीत उभी राहून मी ते दृश्य टिपत होते. हा मनुष्य सामान्य तर नव्हेच, पण ते बाळ किती भाग्याचं की त्याच्या नकळत्या वयात हे बाळकडू पाजलं जात होतं; एक आदर्श सामर्थ्यवान पुरुष घडवत होतं. त्यांना माझी चाहूल लागली. पठणात खंड न पाडताच त्यांनी मानेनचं मला आत येण्याची खूण केली. दारालगतच्या खुर्चीवर मी टेकले. ते बाळाला सांगत होते—

'दक्षिणे लक्ष्मणो यस्य, वामे तु जनकात्मजा ।
पुरतोर्मारुतिर्यस्य, तम् वंदे रघुनंदनम् ॥'

"याला रघुकुलनंदनाचं चरित्र आणि चारित्र्य समजावून सांगतोय,"

मी हसत विचारलं, "कळतंय का त्याला?"

"का नाही? मातेच्या गर्भात असताना अभिमन्यूला युद्धनीती कळली. चक्रव्यूहात कसं शिरायचं याचं ज्ञान झालं, तर मी याला श्रीरामांचं चरित्र प्रत्यक्ष ऐकवतोय, तर ते का कळू नये? तो हुंकार देतोय. शब्दांत नाही सांगू शकत, पण त्याचे डोळे बोलतात. मला आयुष्य कमी आहे, नाही तर मी त्याला सगळ्या थोरांची चरित्रं ऐकवली असती."

आजोबा आणि नातू मी आळीपाळीनं पाहत होते. त्यांनी डायरीचा विषय काढला नाही, मी त्याचा उच्चार केला नाही. या माणसाचं एक वेगळं रूप मी आज बघत होते.

मरणाची सावली देहावर असताना वचन मागणारे, बाळाला श्रीरामांचं चरित्र ऐकवणारे आणि डायरीतून आयुष्याची सत्यकथा सांगणारे- गृहस्थ एकच! पण मला ही तीनही रूपं जगापुढे मांडायची होती, मूळ हकिकतीला धक्का न लावता.

❖❖❖

३

मी डायऱ्या वाचत गेले. स्वभावातलं विक्षिप्तपण टिपत गेले आणि आयुष्याच्या मध्यावर आले. तिथंच थबकले. जगण्याच्या एका प्रौढ, समंजस थांब्यावर मर्मभेद झाला होता. अतितीव्र तीक्ष्ण. सगळं जगणंच उलटपालटं झालं होतं. काय वाटलं असेल या माणसाला? काय झालं असेल? अपमान? दु:ख? पराभव? यानं जीव द्यायचा प्रयत्न केला असेल का?

मी घाईघाईत डायरीची पानं बघितली. इथं ते प्रकरण संपलं होतं. पण नव्या दोन डायऱ्या होत्या. जगण्याचा प्रवाह पुढे जात असल्याचं सांगणाऱ्या. मी उगाचच निश्वास टाकला. म्हणजे या आघातातूनही हा माणूस जगलाय. मार्ग काढालाय यानं. तो सुखी झाला की दु:खी? नवी क्षितिजं धुंडाळून एक चांगलं आयुष्य जगला, की बुडत्याचा पाय खोलात म्हणतात तसं याचं झालं?

मी वेड्यासारखा विचार काय करत बसलेय? समोरच्या डायऱ्या मला हाकारतायत तर भराभर वाचणंच योग्य ना! मी वाचत गेले. मागचे-पुढचे संदर्भ जोडत गेले. एक पूर्ण आकृतिबंध तयार झाल्यावर त्याला कादंबरीच्या मुशीत कसं ओतायचं याचा विचार करत राहिले; कारण ती आत्मकथा होत होती. त्यात अनेक धोके होते. कायदा आड आला असता. त्यापैकी हयात असलेली माणसं दुखावली गेली असती. कदाचित् ती आयुष्यातून उठली असती किंवा सूडकरीही झाली असती. असं होता कामा नये. 'त्यांना' कुणाला दुखवायचं नव्हतं, चेतवायचं नव्हतं, दु:खाचं भांडवल करायचं नव्हतं. 'मी हा असा जगलो' हे जगापुढे ठेवायचं होतं आणि ते अवघड काम थोडाही तोल न ढळू देता मला पूर्ण करायचं होतं.

विचार करता करता मी झोपी गेले. केव्हातरी अपरात्री जागले. तोच विचार, तीच स्वप्नं. तो माणूस, अस्तित्व संपवणारं त्याचं दु:ख, सगळा कल्लोळ डोक्यात चालू असतानाच मी झोपले होते आणि अशी अवेळी उठून बसले होते. आता झोपणं

शक्य नव्हतं. सुचलेली सुरुवात विस्मरणात गेली तर कदाचित् ती पुन्हा आठवली नसती.

मध्यरात्र टळून गेली होती. मी दिवा लावला आणि लिहायला सुरुवात केली. सलग पंचवीस पानं, म्हणजे पहिलं प्रकरण लिहून काढलं. प्रकरण मनासारखं झालं खरं, पण लक्षात आलं, ही सुरुवात योग्य नव्हे. जीवनाच्या मध्यापासून सुरुवात करून मग धागेदोरे जुळवून घ्यायचे, हे काही बरोबर नव्हे. तर मग...? पुन्हा विचार, आधीचे कागद फाडणं, नवे लिहिणं, पुन्हा फाडणं.... खोलीभर कागदाचे बोळे करून हात थकले, मन शिणलं. सुरुवात मिळेना. पहाटे केव्हातरी झोपी गेले. पुढे कितीतरी दिवस, महिने, वर्षं ते विचार झोपलेलेच राहिले. मन सुन्नच होतं. या कादंबरीचं काय करू? मी वचनबद्ध आहे आणि सुरुवात मनासारखी मिळत नाहीय. त्या माणसाइतकीच माझ्या मनाची घालमेल चालली होती. कुठून ही जबाबदारी अंगावर घेतली, असं झालं होतं. वय पुढे जात होतं. भीती एकच, मी वचन मोडणार तर नाही? मला कुणीही जाब विचारणारं नव्हतं. मी माझ्या मनालाच घाबरत होते, कारण त्याचा एक कप्पा त्या कथानकानं पूर्ण व्यापलेला होता.

मी ऐंशी वर्षं पूर्ण केलीयत आणि पुन्हा त्या डायऱ्या समोर ओढून बसलेय. आता हाताशी वेळ फार थोडा आहे. हे पूर्ण झालंच पाहिजे. पुन्हा अशाच एका मध्यरात्री टिपूर चांदणं पडलं होतं. आकाशाच्या निरभ्र पटलावर तो माणूस मला दिसला. मी पाहिला तसा नव्हेच; अगदी लहान, आईच्या पदराशी चाळा करणारा. तिला लगटून उभा असलेला. आई वैतागलेली. ओचे, पदर बांधून काम करणारी. त्याला बाजूला करत दम भरणारी... अरे, हीच सुरुवात घेतली तर? पण नकोच.

त्याचं वाढणं, घडणं, झेप घेणं, कोसळणं आणि....! मी कागद समोर ओढले आणि झपाट्यानं लिहायला सुरुवात केली. आता ते कागद आणि मी, डोक्यातला गलबला आणि पेनची गती, तो माणूस, त्याचं जगणं आणि या डायऱ्या! तोच सांगतोय त्याची कथा, आयुष्याची कथा... वीज - वादळ - वर्षा !

४

त्याची कथा -

मी डायरी घेऊन बसलोय. कशासाठी? मी कुणी प्रतिभावंत साहित्यिक नाही की कुणी थोर पुरुष नाही. दुसऱ्याचं मन जाणणारा नाही की आयुष्यातल्या प्रचंड घडामोडींना उद्‍गार देणारा नाही. सकाळी १० ते संध्याकाळी ६ नोकरी करणारा, रजिस्टर भरणारा साधा कारकून मी. फक्त एम.ए. झालो म्हणून, 'अप्पर डिव्हिजन क्लार्क.' पोटाची खळगी भरण्यासाठी पैसे पुरत नाहीत म्हणून वडा-पाव खाऊन पुन्हा प्रेसमध्ये प्रुफं बघायचं काम करणारा प्रुफरीडर. मिळणाऱ्या १०० रुपयांत वाण्याचं बिल तर भागतं. कसली महत्त्वाकांक्षा नाही, उच्च ध्येयवाद नाही, चीड आली तर फक्त शब्दांचे अग्निबाण हवेत सोडणारा, भित्रा मध्यमवर्गीय माणूस!

निदान आज- आज तरी मी हातात शस्त्र घ्यायला हवं होतं! पिस्तूल, तलवार, लाठी नाही धरली कधी हातांत, पण रस्त्यावरचा दगड तरी उचलून त्यांच्या डोक्यात घालायला हवा होता. काहीतरी करायला हवं होतं, पण करू शकलो नाही म्हणूनच मध्यमवर्गातला कारकून. स्वत:च गारठलो, गोठलो, पुतळा झालो. साध्या चार शिव्या हासडण्याचंही त्राण राहिलं नाही. माझी जीभ टाळ्याला चिकटून राहिली होती. अंग थरथरत होतं. मला घेरी येत होती का? धडपडत बाहेर आलो-दाराबाहेर. लांब. जसा मीच अपराधी, गुन्हेगार होतो. मग स्वत:च्याच तोंडात फाड-फाड मारून घेतलं. डोक्यातून जाळ निघत होता.

स्वत:लाच विचारत होतो; हे सर्व बघताना माझं रक्त पेटून कसं उठलं नाही? फुटून बाहेर कसं पडलं नाही? माझ्या धमन्या तटातटा तुटल्या का नाहीत? मी लाज कोळून प्यायलो का? मी मेल्या आईचं दूध प्यालो नाही तर मी एवढा थंड कसा राहिलो? अरे षंढा, त्या संबंधितांचा गळा का घोटला नाहीस? तुझा कुरुक्षेत्रावरचा अर्जुन झाला का? माझ्याच माणसांवर मी शस्त्र कसं चालवू अशा दिङ्मूढ अवस्थेत

मी गेलो का?

अरे पण चांडाळांनो, तुम्ही जर माझे आहात तर असे पापकृत्य करायला धजावलात कसे? क्षणभरदेखील कचरला नाहीत? तुमचा विवेक तुम्ही गहाण टाकलात का? बंद दरवाजातूनही पहारा करणारे ते परमात्म्याचे दोन तेजस्वी डोळे विसरलात? कशाचीही लाज, भीती, भीड तुम्हाला वाटली नाही की मोहवश झाल्यानं तुमच्या सदसद्विवेकबुद्धीला अंधत्व आलं?

पण हे अरण्यरुदन मी आता का करतो आहे? तेव्हाच तुमचे मुडदे पाडून त्या रक्ताचा टिळा मी कपाळी का नाही लावला? माझे संस्कार आड आले? घराण्याची प्रतिष्ठा आड आली? प्रतिष्ठा! अरे, मी काय शिवबाचे संतान आहे प्रतिष्ठेच्या गप्पा मारायला? पूजा-अर्चा करून दक्षिणा कनवटीला मारणारा एक भिक्षुक मी! माधुकरीवर वार लावून शिक्षण पूर्ण करणारा एक गरीब विद्यार्थी. मला कसली आलीय प्रतिष्ठा?

खरं तर मी घाबरलो. त्यांना नव्हे; मला स्वत:ला. जन्मभर सत्य, शिव, सत्वचा डांगोरा पिटत आलो, कारण तेच संस्कार कातडीला चिकटून आले होते. कातडी सोलून बाजूला टाकता येत नाही. कुणाच्या पैचा मिंधा राहिलो नाही. स्त्रीच्या पदराची प्रतिष्ठा राखली परस्त्रीला मातेसमान मानली. मोह झाले पण स्वत:ला पशू होऊ दिलं नाही. मी सत्यशील, पुण्यात्मा, धर्मात्मा होतो? नाही, नाही, मी भ्याड होतो म्हणून चांगला होतो- राहिलो. मी समाजाला घाबरत होतो, नसलेल्या नावलौकिकाला घाबरत होतो आणि आईच्या मायेला, विश्वासाला आणि अब्रूला घाबरत होतो. तिनं केलेल्या संस्कारांचा आदर करत होतो.

म्हणून, केवळ म्हणूनच मी दूर पळालो. स्वत:ला स्वत:त लपवलं. मी माझ्यावरच संतापलो आणि स्वत:चा धिक्कार केला. आयुष्यात प्रथमच आईवर संतापलो, 'का? का तू मला असं केलंस? चांगुलपणाचं दडपण, मूल्यांची जपणूक, सत्याची चाड, खोटेपणाची चीड- नुसती चीडच. तू मला संयमाचे धडे दिलेस. भलेपणा रुजवताना क्षात्रतेजाची सर्व शक्ती जिरवून टाकलीस. आई, सांग मला, तू का असं केलंस?'

पण हे उत्तर द्यायला तरी तू हाकेच्या अंतरावर कुठं आहेस? म्हणूनच माझ्या मनातली ही प्रचंड उलथापालथ या डायरीमध्ये लिहितो आहे. कुठं असशील तिथं तुला माझा टाहो कळेल...?

५

मी खोलीत पाऊल टाकलं आणि माझ्या डोळ्यांपुढे लाख लाख काजवे चमकले. हजारो कँडल पॉवरचे दिवे झटकन पेटले आणि विझले. नेमकं काय घडलं? कळलं, पण मेंदूपर्यंत पोचलं नाही. पोचलं, पण अर्थबोध झाला नाही. अर्थबोध झाला, पण सत्य वाटलं नाही.

सत्य हे होतं की माझी प्रिया, माझं जीवन-सर्वस्व आणि अनन्ता... त्यांच्या उत्कट आनंदाचा वसंतोत्सव साजरा करत होते आणि माझ्या आनंदाची होळी पेटली होती.

डोळ्यांचं पातं लवतं न लवतं तोच तेवढा वेळ मी तिथं उभा होतो आणि दुसऱ्याच क्षणी पान गळून पडावं तसा आवाज न करता गळून बाहेर फेकला गेलो. माझ्या सर्व कोमल, नाजुक, हळुवार भावनांची राख मुठीत घेऊन बाहेर पडलो, वेडापिसा झालो, बेभान झालो, संवेदनशून्य झालो.

मी पुरुष होतो. He Man! बळकट बाहूंचा, दणकट मनगटाचा, रुंद छातीचा. स्त्रीनं लुभाऊन जावं असा- He Man! आणि माझी प्रिया...? अरे, मी कुठं कमी पडलो? कुठं उणा ठरलो? स्त्रीला नेमकं काय हवं असतं तेच मला उमगलं नाही का? मग...? मग माझ्या आयुष्यात आलेल्या एवढ्या स्त्रियांचं काय? का मी षंढ होतो म्हणून त्या स्त्रियांच्या स्त्रीत्वाला स्पर्श केला नाही, त्यांना अपमानित केलं नाही? स्वत:ला कलंकित केलं नाही?

तर मग परस्त्रीवर दरोडा घालणारे ते सर्व पुरुष खरे 'पुरुष' का? धर्मराज मूर्ख, अर्जुन महामूर्ख. खरे पुरुष ते - दुर्योधन, दु:शासन! मी डाव हरलो होतो. सारीपाट न मांडता हरलो होतो. तिला पणाला न लावता घालवून बसलो होतो, सोंगट्यांना स्पर्शही न करता पराभूत झालो होतो.

त्या क्षणाला मी मेलो होतो- एक पुरुष म्हणून; एक माणूस म्हणून! माझ्याच

अस्तित्वाला मी हातानं चूड लावली होती आणि पेटलेल्या त्या अग्निशिखेत माझ्या वासनांची राख राख होताना पाहत होतो.

आज आठवण होते 'ति'ची. शरीर-मनाचं पावित्र्य जपलेल्या त्या मीरेची. अशा लोकविलक्षण प्रेमाचा अनुभव मी घेतलाय. मी स्वतःला भाग्यवान म्हणू की अभागी? भाग्यवान अशासाठी की मी अशा प्रेमाचा विषय होऊ शकलो. ते प्रेम मला मिळते, तर मी श्रीकृष्ण ठरलो असतो. पण त्या निस्सीम प्रेमाचा स्वीकार करण्याची माझी ताकद नव्हती. मी करंटा ठरलो.

काय करणार? मी शाळकरी मुलगा होतो. एकदाच त्या उमलत्या कळीला मी पाहिलं. Love at first sight वगैरे काही मला कळत नव्हतं. पण आम्ही एकमेकांना ज्या क्षणी पाहिलं त्या क्षणी जे वाटलं ते सांगायला माझ्याजवळ शब्द नाहीत. मी गोविंदाग्रज वाचले होते. कित्येक कविता मनावर ठसल्या होत्या. पाठ झाल्या होत्या. शब्दांचे अर्थ कळले होते पण त्यामागचं गूढ उकललं नव्हतं.

एका दिवसाच्या वस्तीला आलेली ती तिच्या आईबरोबर आत झोपली होती आणि मी सोप्यात चटई टाकून चांदण्या मोजत होतो. त्यातली 'ती' शुक्राची चांदणी होती. डोळ्यांत मावत नव्हती. डोळे मिटले तरी तीच दिसत होती. उघडले तरी तीच समोर येत होती. मी पुन्हा गोविंदाग्रजांच्या ओळी स्वतःशीच गुणगुणत होतो-

'हा खेळ एक निमिषाचा । एकदाच अनुभव त्याचा । नच पुन्हां ।
तें वारे आलें गेलें । जन्माचे सार्थक झालें । परि गमे । ...'

जन्माचं सार्थक म्हणायला मला काय कळत होतं? मी जगाचा कितीसा अनुभव घेतला होता? प्रेमाचा अर्थ तरी कुठं कळत होता?

पण या क्षणी तो उमगला. सर्वांगातून वीज खेळली. मनात चांदणं पसरलं. काहीतरी स्पर्श न करताच स्पर्शून गेलं. न बोलताच लाख लाख शब्दांची भाषा नजरेनं झेलली. त्या एका क्षणाला जगातली सगळी व्यवहारी कोष्टकं संपली. गोविंदाग्रजांनी जे म्हटलं होतं ते मी या क्षणाला अनुभवलं होतं. प्रेम ही एक विलक्षण शक्ती आहे खरी! एका क्षणात ती माणसाला पूर्ण बदलून टाकते.

मी बदललो होतो. जे आजवर अनुभवलं नव्हतं ते अनुभवत होतो. मी वेडा तर झालो नव्हतो? तीही अशीच लाजबावरी, खुळवेली झाली असेल? कसल्या तरी अनोख्या, सुगंधी स्पर्शानं भारली असेल? या क्षणी ती दारापल्याड असून मी तिचा स्पर्श अनुभवत होतो. तिच्या करवंदी डोळ्यांतले भाव वाचत होतो. ती रात्र माझ्या आयुष्यात एक अननुभूत असा नजराणा घेऊन आली होती, जन्मभर माझी सोबत करणार होती.

सकाळी निरोप घेऊन ती मंडळी बाहेर पडली. मी रिता रिता झालो. माझ्या जगण्यातलं काव्यच संपून गेलं. गेल्या चोवीस तासांत मी एका वेगळ्या जगात अलगद तरंगत होतो आणि आजच्या पहाट किरणांनी मला जमिनीवर आणून ठेवलं होतं. मी बेचैन बेचैन झालो. माझ्या जगण्यातला आनंदच आटून गेला. माझ्याही नकळत मी वहीतलं पान टरकावलं आणि तिला पत्र लिहिलं. पत्र कसलं? 'तुम्ही सुखरूप पोचलात ना? प्रवास कसा झाला?' असलंच काहीतरी. मला खात्री होती त्या चार कोरड्या ओळी मागच्या न लिहिलेल्या चारशे ओळी तिनं वाचल्या असतील.

परिणाम एवढाच झाला, पत्र तिच्या पिताजींच्या हाती पडलं. त्यांनी तिला फोकलून काढली होती. हे तिच्या उत्तरातून मला कळलं. त्या अक्षरांतून ते वळ माझ्या अंगावर उमटले. आमच्याकडची कथा वेगळी नव्हती. आमच्या पिताश्रींनी तिचं पत्र फडकवत आईपुढे त्याचं जाहीर वाचन केलं. वर शेरा मारला, 'रांड लेको, तुमच्या बापानं कधी असं पत्र लिहिलं होतं? पत्र लिहितात दिवटे'— मी दिवटा मनातल्या मनात आक्रोशत होतो. माझी धिंड काढली म्हणून नव्हे, तिच्या पत्राची निर्भत्सना झाली म्हणून!

माझ्या मनातच उमललेल्या त्या पहिल्यावहिल्या प्रेमाला तिलांजली अर्पण करून मी मोकळा झालो. प्रेम, स्त्री असले विषय मी वर्ज्य मानले आणि अभ्यासात डोकं खुपसलं.

चांगले मार्क मिळवून मी मॅट्रिकची परीक्षा उत्तीर्ण झालो आणि कॉलेजसाठी मुंबईत दाखल झालो. चैन, मौज, मजा, मुली या गोष्टी मला वर्ज्य होत्या. मी गरीब होतो. कुठं 'वार लावता' येतील ते पाहत होतो. जेवणाचा प्रश्न, राहण्याची जागा, पुस्तकं, वह्या, अभ्यासासाठी सुविधा सगळ्याच समस्या मला भेडसावत होत्या. मी माझ्या प्रश्नांत गुरफटलो होतो, तरी तिनं मला मनातून हद्दपार केलं नव्हतं. तिचं प्रेम तिनं अलवारपणे जपलं होतं.

आणि एक दिवस अचानक तिचं पत्र आलं. घरच्यांनी लग्न ठरवलं होतं. तो वयस्कर तर होताच शिवाय 'सर्वगुणसंपन्न' होता. अशा अनैतिक भ्रष्ट माणसाचं नाव तिला आपल्या नावाशी जोडायचं नव्हतं. तिच्या शब्दाशब्दांतून तिचा टाहो माझ्यापर्यंत पोचत होता.

पण मी हतबल होतो. मी स्वत:च निसरड्यावर उभा होतो, तर तिला कसा आधार देणार होतो? तिची जबाबदारी कशी घेणार होतो? तिला कुठं ठेवणार होतो? चूल-बोळकी मांडून संसार कसा करणार होतो? शिवाय माझं शिक्षण, करिअर,

घराची जबाबदारी याकडे कशी पाठ फिरवणार होतो?

काव्य करणं कठीण नसतं, ते जगणं अवघड असतं. तिच्या विषयीची प्रेमभावना हा मनाचा खेळ होता, तो व्यवहारात कसा तग धरणार?

मी पुन्हा एकदा बेचैन झालो. अस्वस्थ झालो. तिचे भावविभोर डोळे मला दिसत होते, तिचा आक्रोश ऐकू येत होता. पण मी हतबल होतो. मी फक्त मनोमन म्हटलं, मला क्षमा कर क्षमा कर.

एक न जोडलेला धागा तुटला होता.

मी मला विसरू शकत नव्हतो.

बेभान जगू शकत नव्हतो.

ती होती- आयुष्य उधळून देणारी,

प्रेमरंगात न्हाऊन निघणारी राधा!

ती होती एक मीरा - फक्त तिच्या देवासाठी जगणारी.

कृष्णमय झालेली. जिथे कृष्ण नाही, तिथे मीरा नाही.

तिला एकच ध्यास, एकच आस, एकच प्यास-

कृष्ण-कृष्ण-कृष्ण!

'ती' मीराच होती.

पतीच्या घरी राहूनही व्रतस्थ!

त्यानं सक्तीनं ओरबाडलं असेल तेच.

ती अलिप्तच राहिली; तिच्या मेघ:श्यामाच्या ध्यासानं!

शेवटी त्या नतद्रष्ट माणसानं तिचा त्याग केला.

ती एकटी एक. व्रतस्थ. पुन्हा तिचं पत्र आलं, अनेक वर्षांनी.

'गावी जाता जाता, मला भेटाल? एकदाच. अखेरचं'.....

शेवटी मी माणूस आहे. ते अनाघ्रात पहिलं प्रेम कसा विसरू?

ज्या डोळ्यांनी मला प्रेमाचा अर्थ सांगितला ते डोळे कसे विसरू?

ज्या प्रेमानं आयुष्याच्या सार्थकतेच्या तीरी पोचवलं ते तरी कसं विसरू?

मी तिच्या दारी जाऊन उभा राहिलो.

चार डोळे एकमेकांना भिडले.

त्या दृष्टिभेटीत काय नव्हतं?

अवघ्या जगाचं काव्य!

अवघ्या जीवनाचा अर्थ!

आम्ही काय बोललो? किती बोललो? कशा कशावर बोललो?

की बोललोच नाही?

नुसतंच डोळ्यांच्या कृष्णमंडलात एकमेकांना साठवलं की, युगानुयुगींची भावबोली एकमेकांना ऐकवली?

ती वाढत होती, मी जेवत होतो.

मी आयुष्यात प्रथमच जेवत होतो का?

त्या अन्नाला तिच्या प्रेमभावनेचा स्पर्श होता.

या क्षणी ती सुदामा झाली होती आणि मी तिचा कृष्ण!

रात्रभर ती बोलत होती. तिच्या आयुष्याची कहाणी.

अश्रूंची कहाणी! स्त्रीच्या अपमानित जिण्याची कहाणी.

एक न संपणाऱ्या दु:खाची कहाणी!

मी जागीच गोठलो होतो.

तेव्हाच तिला घेऊन आलो असतो तर?

नसतो शिकलो, नसतो फ्लॅटमध्ये राहिलो,

नसती प्रतिष्ठा मिळवली,

पण अर्धी भाकरी दोघांत मिळून खाल्ली असती.

तिच्या प्रेमाला सार्थकतेची किनार लाभली असती.

आणि मी? त्या गंगेच्या पवित्र स्पर्शानं पावन झालो असतो.

पण असं काही होत नसतं. जे घडतं ते हे- आता जे घडलंय ते!

पण आणखीही काही जगावेगळं घडलं.

माझ्यावर जीव ओवाळून टाकणाऱ्या त्या स्त्रीनं पूर्ण रात्रीत मला चुकूनही स्पर्श केला नाही, मीही तिला स्पर्शिलं नाही. पण ती जर तशी इच्छा व्यक्त करती तर मी तिला अडवलं नसतं. एक तर ती मला प्रिय होती आणि दुसरं; तिला नकार देण्याचं सामर्थ्य मी केव्हाच घालवून बसलो होतो. ती एवढंच म्हणाली, 'तुम्ही मला प्राणाहून प्रिय आहात, पण एका अपवित्र माणसानं भ्रष्ट केलेलं हे शरीर मी तुम्हाला समर्पित करू शकत नाही.'

ती सीता होती, पण मी राम नव्हतो.

ती मीरा होती, पण मी कृष्ण नव्हतो.

पुन्हा एकदा मी रित्या मनानं, गळल्या, थकल्या देहानं तिचा निरोप घेतला. इथंही मी पराभूत होतो. तिच्या उत्कट प्रेमाचा मी स्वामी होऊ शकत नव्हतो. पण मी आज श्रीमंत होऊन परतलो होतो. एका दिव्य प्रेमाच्या दर्शनानं दिपून गेलो होतो. पुन्हा एकदा गोविंदाग्रजांना आठवत होतो—

“निष्प्रेम चिरंजीवन तें ।
जगिं दगडालाही मिळते ।। धिक् तया ।।
क्षण एक पुरे प्रेमाचा ।
वर्षाव पडो मरणांचा । मग पुढें ।।”

घरी येऊन मी सगळंच ‘हि’ला सांगितलं. म्हणाली, ‘मला खात्री आहे, तुम्ही कधीच माझी प्रतारणा करणार नाही.’ मला धन्य धन्य वाटलं.

आज त्या धन्यतेचं काय करू? त्या विश्वासाचं काय करू? आणि त्या अस्पर्श, पवित्र प्रेमाचं तरी काय करू?

आज ती मीराही नाही की जिच्यासमोर बसून मी माझ्या दुर्दैवाची कहाणी सांगेन.

***

मी डायरी बाजूला ठेवली. डोकं सुन्न झालं होतं. एका विलक्षण प्रेमाची कहाणी ऐकून. आज या जगात अशी उत्कट प्रेम करणारी माणसं आहेत म्हणून या जगाला सुंदर म्हणावं, की अशा प्रेमाची विटंबना करणारी माणसं आहेत म्हणून या जगाला विद्रूप ठरवावं?

पुढची डायरी वाचण्याचं धाडस आज तरी मी करणार नव्हते. मनात आलं, प्रत्येक माणसाच्या जीवनात केव्हा ना केव्हा प्रेमाचा असा कंचहिरवा रेशमी अंकुर लवलवतो आणि अचानक वीज कोसळून कोळपून जातो. यालाच नियती म्हणायचं? दुसरं काय?

❖❖❖

६

मी पुन्हा डायरी उघडली —

तरीही लोचट आयुष्याला चिकटलेला मी, जगत होतो. तिला काहीच कळलं नव्हतं. त्यांच्या रसोत्सवाचा मी साक्षीदार होतो हेच तिला कळलं नव्हतं. ती दोघं बेभान होती. त्यांच्याच जगात हरवून गेली होती. माझ्या जगाचे सर्वच दरवाजे मिटले होते.

ती स्वयंपाक करत होती. मी जेवत नव्हतो. भूक नाही सांगत होतो. मी सत्यवादी होतो आणि ती माझ्यावर डोळे झाकून विश्वास टाकत होती. 'मला रात्रपाळी द्या' असं जेव्हा मी वरिष्ठांना सांगितलं तेव्हा ते तोंडाचं पोस्ट ऑफिस उघडं टाकून बघत राहिले. 'तुम्ही शुद्धीवर आहात ना? कायमची रात्रपाळी? वेडबीड नाही ना लागलं?' मला सांगायचं होतं, आजवर मी बेशुद्ध होतो, आता शुद्धीवर आलोय. आजवर वेडा होतो आता अक्कल आलीय. नाहीतरी अक्कल दाढ उशिराच येते आणि येताना प्रचंड यातना देते. पण ते याला कसं कळणार? न कळो, माझ्या वैऱ्यालाही न कळो.

माझ्या साहेबाचा चढा आवाज सर्वांना ऐकू गेला. दुसऱ्याच्या सुखावर स्वत:ची पोळी भाजून घेणारे ते सगळे, टोळधाड यावी तसे माझ्याभोवती जमले. 'माझी रात्रपाळी तू घे' 'माझी रात्रपाळी...'

माझ्या घरातली रात्रपाळी मीच संपवून टाकली होती. एका वेळी तिला दोन पुरुषांना खेळतं ठेवायचं होतं. संसार मोडू द्यायचा नव्हता अन् सुखावर पाणी सोडायचं नव्हतं. काचेला तडा गेला होता, पण दुभंगली नव्हती.

खरं तर तिचा तो स्वभाव नव्हता. पण ते घडून गेलं होतं.

'स्त्रियश्चरित्रं, पुरुषस्य भाग्यम्
देवो न जानाति, कुतो मनुष्य:।'

मला तिला बाटवायची नव्हती. स्वत:चंही चारित्र्यहनन होऊ द्यायचं नव्हतं. ती त्याची झाली होती, त्याचीच राहू दे. आता ती मला परस्त्री होती आणि परस्त्रीला स्पर्श करणं मी पाप समजत होतो. ती मला एवढी वर्षं ओळखत होती. माझ्या मुलांची माता आणि माझी धर्मपत्नी होती. मी असत्याचा तिरस्कार करत होतो. तिनं सत्य सांगून माझ्याशी फारकत घ्यायला हरकत नव्हती. दु:ख झालंच असतं, पण असा भेगाळून गेलो नसतो, ढेकूळ होऊन पाण्यात विरघळलो नसतो. ती केवळ मलाच फसवत नव्हती, तर स्वत:चीही फसवणूक करून घेत होती. माझं हे दु:ख फार मोठं होतं की ती आत्मवंचना करून घेत होती?

एक इतिहास संपला होता. तिला न सांगताच मी घरापासून अलिप्त झालो होतो. घरातलं अन्न खात नव्हतो, त्या शय्येवर झोपत नव्हतो, रात्री पिशाच्चासारखा जागून कामं करत होतो, दिवसा कुणा मायच्या हातचं गोळाभर खात होतो, एखाद्या बागेत जाऊन निर्वासितासारखा दर्भाच्या शय्येवर झोपत होतो.

मला जगाची सहानुभूती नको होती. माझे कुणीही नसलेले ते मला 'बिचारा' म्हणावेत ही अपेक्षा नव्हती. माझं दु:ख पचवायला मी समर्थ होतो. माझी छाती पोलादी होती. मी टाऊन हॉल लायब्ररीचा सभासद झालो. थोरांच्या चरित्रांचं वाचन करून पिसाटलेल्या मनाला काबूत ठेवण्याचा प्रयत्न करू लागलो.

हळूहळू मी माझ्यात येऊ लागलो. गेलेला तोल सावरू लागलो. मी माझं सत्त्व गमावलं नव्हतं. मग मी का जगापासून दूर पळावं? पत्ते कुटणं, पेग रिचवणं, नाटक-सिनेमा बघणं मुळातच माझ्या वृत्तीत नव्हतं. घरात गुरफटल्यामुळे वाचन मंदावलं होतं ते पुन्हा जोमानं सुरू केलं.

मी लेखक नव्हतो - मला व्हायचंही नव्हतं. पण आतूनच वाटत होतं, हे कुणाला तरी सांगावं. स्वत:ला कोंडून ठेवणं मला असह्य होत होतं. आजवर शब्दांशी खेळलो. संस्कृतातल्या उत्तम काव्याचा आस्वाद घेऊन भाषांतर केलं. रामायण-महाभारत वाचून त्यावर माझी निर्भीड मतं व्यक्त केली. द्रौपदीच्या वस्त्रहरणानं संतापून उठलो आणि धर्मराजाच्या थंडपणाचा जळजळीत धिक्कार केला.

कर्ण माझा हिरो होता. स्वत:ला 'राधेय' म्हणवून घेणाऱ्या पुरुषाचा मी जयजयकार केला. त्या खऱ्या क्षत्रियाचे मी गुणगान गायले. ते वाचणाऱ्यांनी वाचलं आणि छापणाऱ्यांनी छापलं. चार लोक मला ओळखू लागले. गरिबीनं गांजलेला मी रहस्यकथा लिहू लागलो. लाखोंच्या उलाढाली लिहिताना मौज वाटत होती. मी मौजेसाठी लिहीत होतो. माझ्यासारख्या लोकांना स्वप्नं देत होतो. तशा वाचकांचा मी लेखक होतो. पण 'Spontinuous over flow of powerful feelings' याचा

अनुभव घेतला नव्हता.

आता तशा उत्कट भावना उफाळून येत होत्या; पण त्यामुळे मी लेखक होणार होतो असं नाही. मी आत्मचरित्र लिहिणार नव्हतो- लिहू शकणार नव्हतो. मी खोटं बोलू शकत नव्हतो, लिहू शकत नव्हतो. 'आत्मचरित्र' या फॉर्मला मला कलंकित करायचं नव्हतं. माझ्या आयुष्यातल्या बऱ्या-वाईट घटनांचा पंचनामा करणारे शुद्ध आत्मे मी कुठून शोधणार होतो? लोकांना चघळायला माझ्या आयुष्याचे तुकडे त्यांच्यासमोर टाकायचे नव्हते.

तरीही - तरीही मला 'हे' लिहायचं आहे. ही नोंद हा माझा माझ्याशी संवाद आहे. हे शब्द ही माझ्या दुःखावर फुंकर आहे. मन कागदावर सांडण्याचा हा खटाटोप कदाचित मला या अवस्थेतून ओढून काढेल.

७

स्त्री हे माझं पूजास्थान होतं. तिची मृदुता, हळवेपणा, प्रेम देण्याची अफाट शक्ती आणि क्षमाशीलता मी जाणून होतो- आईच्या रूपानं. त्या प्रेममयीच्या दर्शनानं, माझ्या 'स्नेहा'च्या सहवासानं. स्नेहा ही माझी हृदयस्थ मैत्रीण. तिच्याबद्दल मी विस्तारानं लिहिणारच आहे.

तरीही त्या घराकडे मी ओढला गेलो. ते घर अटकर होतं. नवरा-बायको- एक मुलगा. 'लक्ष्मी' नावाचीच लक्ष्मी होती. तिच्या अंगावर गुंजभरदेखील सोनं नव्हतं, पण हातातल्या कंचहिरव्या बांगड्या तिच्या गोऱ्या हातांची शोभा वाढवायच्या. कपाळावरचा कुंकवाचा लालभडक टिळा तिसऱ्या डोळ्यासारखा वाटायचा. तिच्या केतकी वर्णाची शोभा वाढवायचा. गुलछडीसारखा तिचा बांधा सतत कामात लवलवत असायचा, पदर बांधलेला. केसांच्या प्रश्नचिन्हांकित बटा कपाळावर झेपावलेल्या डाव्या हातानं त्या मागे सारत ती दार उघडायची. हसून स्वागत करायची, 'या ना'. मी दारातच थबकायचो. तिला पाहून दिवसाचं सार्थक झाल्यासारखं वाटायचं. मला आईची आठवण व्हायची-

मला आई आठवते ती अशीच, याच रूपात. मी तीन वर्षांचा आणि ती वीस- एकवीस वर्षांची. तिच्या खांद्यावर पदराच्या उबेत, हृदयाच्या दुशालीत निवांत असायचा. सुख, सुख म्हणतात ते काय ते कळण्याचं माझं वय नव्हतं, पण इंद्रालाही अप्राप्य असं सुख मी अनुभवत होतो- तृप्त तृप्त होतो.

या मायकडे बघून मला असंच वाटायचं. इतके निष्पाप, निरागस डोळे या पूर्वी मी कधी पाहिले नव्हते. या डोळ्यांना फक्त प्रेम करणं माहीत होतं. तिच्या 'या' मधून ते पोचत होतं. म्हणूनच तर त्या घराकडे मी ओढलो जात राहिलो.

त्या घरच्या मालकाची आणि माझी कुंडली काही जमली नाही. माझं येणं त्यांना फारसं पसंत नसावं. मी करत असलेलं त्यांच्या पत्नीचं कौतुक त्यांना आवडत

नसावं, असं मला वाटे. मग माझ्या लक्षात आलं हा माणूसच विक्षिप्त आहे. आपल्या लहानग्या गोजिरवाण्या लेकराला तो हिडिसफिडीस करायचा. आल्या-गेलेल्याला वसवस करायचा. सतत ओरडणं, त्रागा करणं हा त्याचा स्वभावधर्म असावा. बायको ही हक्काची गुलाम आहे आणि आपल्याकडून सतत अवहेलना करून घेणं हा तिचा पत्नीधर्म आहे असंच हा महाभाग समजे. मला चीड येई, संताप येई. या विचित्रपणाचा अर्थ लावण्याचा जो जो मी प्रयत्न करे तो तो मला अधिकच त्रास होई.

एकदा मी असाच सकाळचा गेलो होतो. ती आपल्या लेकराला तूप-मेतकूट-भात कालवून एका ताटलीत देत होती. तो खायला तयार नव्हता. मी त्याच्या शेजारी मांडी घालून बसलो. म्हणालो, 'बाबा रे, आईच्या हातचं अन्न म्हणजे अमृत. ते बाहेर कुठंच मिळत नाही. चल, मी पण खातो तुझ्याबरोबर दोन घास.' ती माता चमकली. मी म्हणालो, ''चहा टाकू नका. मला मऊ भात आवडतो. माझी आई मला तूप-मेतकूट-भात प्रेमानं भरवायची.''

''पण ही तुमची आई नव्हे.'' मागून वीज कडाडली. मी उत्तर दिले नाही. पण जागचा हललोही नाही. छोट्यानं भराभर घास घ्यायला सुरुवात केली. काय करावं न कळून ती क्षणभर घोटाळली. गृहस्थांकडं माझी पाठ होती, पण कळत होतं, शक्य असतं तर त्यांनी मला भस्म करून टाकलं असतं.

'वाढा त्यांना' ते कडाडले. ती वेगानं आत गेली. तूप-मेतकूट-भाताची ताटली घेऊन आली. तिच्या तीक्ष्ण बुद्धीचं मला कौतुक वाटलं. मी केलेला आईचा उल्लेख तिच्या ध्यानी होता. त्यामुळे बशीतून चमचा ठेवून न आणता तिनं ताटलीत मऊ भात आणला होता. मी जेवलो. तो ताटलीभर भात मला पोटभर झाला. आमरस-पुरीचं जेवण जेवावं अशा समाधानानं जेवलो. त्या माऊलीच्या हातांचा स्पर्श त्या अन्नाला होता. ज्याचं घर हरवलं आहे त्यालाच या कृतीचा अर्थ कळेल. त्या बाळाच्या आईला तो अर्थ कळला असावा.

मी माझं पुस्तक निघालं की तिला देत असे. वाचून झालं की ती आपलं सडेतोड मत देत असे. त्यांची किंवा माझी तिला भीती वाटत नसे. वाचन-लेखन-विचारांचं प्रगटीकरण या बाबतीत ती निर्भीड होती. मला कौतुक वाटायचं. एवढ्याशा मुलीचा अनुभव तो काय असणार? जगाची, व्यवहाराची समज ती काय असणार? पण तिची मतं म्हणजे काळ्या दगडावरची पांढरी रेष असावी इतकी कोरीव होती. तेवढ्या वेळेपुरती ती कुणी वेगळी असायची. तिच्या बोलण्यातलं ठामपण मी लक्षपूर्वक टिपायचा.

एकदा मी अवेळी गेलो तर ती पाय पोटाशी घेऊन पडली होती, कण्हत

असावी. चेहरा विस्कटला होता. मला बघून ती उठू लागली. मी म्हणालो, "उठू नका. तुमची तब्येत बरी दिसत नाही."

"ऊठ. चहा कर, मग आत जाऊन पड."

"अहो, त्यांची तब्येत बरी दिसत नाही. आपण करू-"

"आपण? आमच्याकडे पुरुष स्वयंपाकघरात लुडबुडत नाहीत."

"मग तुमच्याकडे आजारी स्त्रीला कामाला लावून पुरुष पेपर वाचत बसतात?"

"आमच्याकडे परक्या पुरुषानं घरच्या गोष्टीत नाक खुपसलेलं आम्हाला चालत नाही."

"हे पाहा, मला तुमच्या घरच्या गोष्टीत नाक खुपसायचं नाही. पण आजारी स्त्रीनं उठून कष्ट करणं आणि पुरुषांनी बाहेर तंगड्या टाकून आरामात पेपर वाचणं ही माझी संस्कृती नाही." मी तडकून बोललो.

माझा मूळचा आवाज आणखी चढला होता. हा वाद नको म्हणूनच की काय ती माऊली तशा स्थितीत धडपडत उठली. तिची पावलं जड पडत होती. मी वडीलधारा होतो. मला ते बघवेना.

मी तिला म्हणालो, "तुम्ही स्वस्थ पडून रहा. तुम्हाला विश्रांतीची गरज आहे."

"अरे वा! मग स्वयंपाक तुम्ही करणार का?" मालकांचा कुत्सित प्रश्न.

"मी बाहेरून ब्रेड-लोणी घेऊन येतो, तुम्ही कॉफी करा."

पुढचं त्यांचं बोलणं न ऐकता मी तडक बाहेर पडलो. दहा-एक मिनिटांत ब्रेड-लोणी-केळी घेऊन आलो. वैतागानं का होईना गृहस्थानं कॉफी केली होती.

नास्ता आटोपला. तिच्या डोळ्यांत भीती तर होतीच, पण कृतज्ञताही दिसत होती. अधिक वेळ थांबलो तर मी त्याच्या पुरुषी अहंकाराचा उद्धार केला असता. पण त्याचा ताप त्या मुलीलाच सहन करावा लागला असता. खाणं, कॉफी आटोपल्यावर मी बाहेर पडलो. काय ही नवरेशाही! आणि शिकल्यासवरलेल्या या बायका हे मुकाट सहन करतात? हे सगळं माझ्या आकलनापलीकडचं होतं.

मी स्वास्थ्य शोधत होतो. समाधान, शांती यांचा शोध घेत होतो. पण घरोघरी दुःख एक वेगळा चेहरा घेऊन नांदत होतं.

दुसऱ्या एका घरी मैत्र जोडायला गेलो, तर त्या घरातली गृहिणी दुःखालाच कवटाळून बसली होती. तिचं अवघं आयुष्य संगीताला वाहिलेलं होतं. कार्यक्रम व्हायचे. गर्दी खेचायचे. एकदा एक धनिक गाणं ऐकून बेहद खूष झाला. मध्यंतरात जाऊन बाईंचं अभिनंदन केलं.

आणि हा नेहमीचा प्रकार झाला. कार्यक्रमात साहेब नेहमीच पहिल्या रांगेत असायचे. दिलखुलास दाद द्यायचे. बाई ते पाहायच्या. कार्यक्रम अधिक रंगत जायचा. मग साहेब कारणाकारणानं बाईंना पुष्पगुच्छ, भेटवस्तू पाठवू लागले. ओळख वाढू लागली. भेटी-गाठी नित्याच्या झाल्या. साहेब संसारी होते. मुला-माणसातले. पण म्हणून मन थोडंच आवरता येतं? कामाच्या ताणातून मुक्त होण्यासाठी ते कार्यक्रमाला जात असतील हा घरच्यांचा समज. पण साहेबांची मर्सिडीज वेळी-अवेळी कुठं उभी असते हे लोकांच्या लक्षात येऊ लागलं. बातम्या पोचवण्याचं काम बिनबोभाट होऊ लागलं. घरात ताण-तणाव निर्माण झाले. शांत, सुखी संसाराला तडे जाऊ लागले. वाढत्या वयाची मुलं वडिलांना पुन: पुन्हा विनवू लागली. त्यातून वाद होऊ लागले. साहेबांनी तडजोड केली. दूर श्रीमंत वस्तीत स्वतंत्र फ्लॅट खरीदला. फक्त दोघांसाठी. आता 'ती' ही साहेबांची गरज होती.

सगळ्या जगाचं वैर पत्करून साहेब तिला नियमानं भेटायला जात. दिवसाचे ते अडीच-तीन तास साहेबांना संजीवनी वाटे. तिनं तर स्वत:ला पूर्णपणे साहेबांच्या आयुष्यात झोकून दिलं होतं. गायचं त्यांच्यासाठी. जगायचं त्यांच्याबरोबर. त्या दोघांचंच असं एक स्वतंत्र जग त्यांनी उभं केलं होतं.

उत्कट प्रेम असंच असत. जगायचं एकमेकांसाठी, एकमेकांत. भले की सगळं जग विरोधात उभं राहो. तो विरोध सहन करण्याची शक्ती प्रेम देतं. फक्त एकमेकांत अपार विश्वास हवा. सर्वस्वाचं दान देण्याची तयारी हवी. 'मी' पण एकमेकांत विरघळायला हवं.

ती दोघं तशी होती. त्यांच्या स्नेहीजनांनी त्या विलक्षण प्रेमाची पूजा बांधली होती. लोकापवाद, रूढी, सामाजिक संकेत यांना न जुमानता भन्नाट प्रेम करणाऱ्या त्या दोघांभोवती त्यांनी मैत्रीचा कोट बांधला होता. हे प्रेम असंच फुलायला हवं, टवटवीत राहायला हवं, असंच त्यांना वाटायचं.

पण प्रत्येक गोष्टीला शेवट हा असतोच.

उमाकांत कीर या कवीच्या ओळी आठवल्या—

'उगवते तयाचे मावळणे ठरलेले
सुमनांचे नंतर निर्माल्यच उरलेले
जे उदया आले विलया ते जाणार
हे जग सुख-दु:खे समानसे भरलेले '॥

साहेब गेले. अगदी अचानक. त्या दिवशीचा नाश्ता टेबलावर तसाच राहिला. मर्सिडीज त्या गेटच्या आत शिरलीच नाही. बाई खिडकीजवळून हलल्या

नाहीत. एवढ्या वर्षांचा नियम आज अचानक कसा बदलला? का? कुणामुळे?

बेल वाजली. साहेबांचा मित्र दारात उभा.

"साहेब आता कधीच येणार नाहीत.''

'...'

"आज पहाटे मॅसिव्ह हार्ट अटॅक...''

"मला त्यांना पाहायचंय, अखेरचं. आम्ही दोघांनी लावलेल्या या गुलाबाचं फूल त्यांना वाहायचंय, मी... मी खाली येणार नाही. या खिडकीतून अखेरचं दर्शन घेईन. प्लीज—''

"मी प्रयत्न करतो—'' दार बंद झालं.

किती मिनिटं, किती तास गेले. ती गजाला डोळे लावून उभी. 'आता येतील, मग येतील, मी त्यांना डोळ्यांत साठवेन अखेरचे. कुणीतरी हा टपोरा गुलाब त्यांच्या छातीवर नेऊन ठेवेल. तो सुगंध त्यांना सोबत करेल...'

केव्हातरी बेल वाजली. तिला पटकन हलता येईना, पायाचे ओंडके झाले होते. अंगातलं त्राण संपल्यासारखं झालं होतं. डोळे जड झाले होते.

तो मित्र दारात उभा होता. ती त्याच्यासमोर. शब्द हरवलेली. तो किंचित खाकरला. श्वास घेत म्हणाला, "त्यांना दुसऱ्या वाटेनं नेलं. त्यांना वाहिलेल्या हारातला हा गुलाब, त्यांच्या छातीवर होता. मी तोडून आणला. तुमच्यासाठी—'' त्यानं तिच्यासमोर गुलाब धरला. तिनं तो डोळ्यांवर टेकला. मग हृदयाशी धरला. "थँक्यू''— ती पुटपुटली...

हे सगळं मला कुणाकुणाकडून कळलं.

या गोष्टीला सहा महिने लोटले. बाईंनी पुन्हा पेटी हाती घेतली. त्यांच्या फोटोसमोर बसून गाऊ लागली —

'तुला पाहते रे, तुला पाहते

जरी आंधळी मी, तुला पाहते.

तुझी मूर्त माझ्या मनीं हासते...'

त्या आर्त स्वरात ती आपलं मन ओतायची. हळूहळू तो लहानसा हॉल रसिकांनी भरू लागला. लोक यायचे. जायचे. स्वरात न्हाऊन निघायचे. तिला कशाचंच भान नसायचं.

मग पुण्यस्मरणाचा दिवस आला. फोटोला ताज्या फुलांचा हार घातला होता. समोर समई तेवत होती. बाई आज गायल्या नाहीत. त्या बोलल्या. वर्षानंतर मनाचे दरवाजे उघडले. आतलं दु:ख भळभळून बाहेर पडत होतं. बाई रडत नव्हत्या.

फक्त आठवत होत्या ते सुगंधी दिवस.

शेवटी म्हणाल्या, ''कुणी एकानं आधी जायचं असतं, हा निसर्गनियम आहे. ते गेले, पण निरोप न घेता गेले. असं कधी घडलं नव्हतं. मला हाक न मारता गेले. आता मला असं हाक मारणारं माणूस नाही. आधार देणारे खंबीर हात नाहीत. प्रिय श्रोते, तुम्ही सांगा, वेळी-अवेळी, रात्री-बेरात्री मी हाक मारली तर तुम्ही याल? मला धीर द्याल?''... श्रोत्यांत सन्नाटा डोळे पाणावलेले श्वास अधांतरी.

मी श्रोत्यांत होतो. मला एकदम माझ्या मीरेची आठवण झाली. तिनं प्रथम हाक दिली, तेव्हा मी हतबल होतो. नंतरचा टाहो मी ऐकला पण मी बेफामपणे जबाबदाऱ्या झटकून धावू शकत नव्हतो. मी माझे कान बंद ठेवले.

आज मी आयुष्यातून फेकला गेलो होतो. एकटा, एकाकी पडलो होतो. मला कुणाची तरी साथ हवी होती. माझी विचारशक्ती कुंठित झाली होती आणि ही स्त्री विचारत होती—

मी खाड्कन उभा राहिलो आणि म्हणालो, ''मी-मी धावून येईन. कोणताही अडथळा दूर करून येईन. तुम्ही घाबरू नका. स्वत:ला एकाकी, एकट्या समजू नका. मी आहे तुमच्याबरोबर.''

काय झालं? कळलं नाही. एकेक करत सगळे उठून गेले. आता खोलीत त्या, मी आणि साहेबांची तसबीर. त्या आतून झाडू घेऊन आल्या. कडाडल्या, ''बेशरम, तू इथून नीघ. माझ्या दुःखाची टिंगल करतोस? तू... तू''—

''मी खरं बोललो. प्रामाणिकपणे बोललो. मी पोळलेला मनुष्य आहे, विश्वास ठेवा—''

''प्लीज गेट आऊट ऑफ हिअर''— वीज कोसळली. मी बाहेर पडलो. रात्रभर भटकत राहिलो. अपरात्री समुद्रावर जाऊन बसलो. कुठं चुकलो मी? खरं बोलणं हे पाप आहे की ती बोलली हे नाटक होतं? उत्तरादाखल फक्त समुद्राची गाज ऐकू येत होती, ती खरी असावी.

❖❖❖

८

अशा वेळी मला आठवते ती आई. ती माझं विश्व होती. मला घडवलं, वाढवलं, संस्कार केले ते आईनं. आज आई या जगात नाही. ती असती तर सगळे अडथळे, मतभेद दूर करून मी तिच्यासमोर जाऊन उभा राहिलो असतो. पूर्वीसारखा कुशीत शिरून रडलो नसतो; कारण तो निरागसपणा आणि ती जवळीक मी केव्हाच गमावून बसलोय. पण आईजवळ बसून पोट उसवेपर्यंत रडलो असतो, विचारलं असतं, 'आता काय करू सांग?' आणि हेही कबूल केलं असतं, 'तुझी सून 'वेगळी' वाट धुंडाळणार आहे हे तुला अंतर्यामी जाणवत होतं म्हणून तू तिला कधी जवळ केलं नाहीस का? जगावर प्रेम करणाऱ्या तुला, तुझ्या लाडक्या मुलाची पत्नी पहिल्यापासूनच दूरची का वाटली?'

तसाही प्रसंग घडला होता. मला लख्ख आठवतो. अनंता आणि त्याचे मित्र एकत्र जमायचे. गप्पा, गाणी, हसणं-खिदळणं, खाणं-पिणं एकत्र चालायचं. शनिवारची रात्र त्यांची असायची. गैर वाटावं असं त्यात काहीच नव्हतं. मी त्यांच्यातला नव्हतो. आयुष्यातला महत्त्वाचा वेळ असा नासवायला मी तयार नव्हतो. रामायण, महाभारत, भागवत, उपनिषदं असे मूल्यवान ग्रंथ समोर असता खुशाल गप्पाष्टकात वेळ घालवणं माझ्या वृत्तीत बसणारं नव्हतं. मला गाण्याचा कान नव्हता. त्यामुळे त्यातही मी वेळ घालवू शकत नव्हतो. नाटक तर मी वर्षानुवर्षांत पाहिलं नाही. माझा सगळा मित्रांचा गोतावळा वाचन, चर्चा यात रस घ्यायचा. दूरवर फिरायला जाणं, निसर्गात रमणं हे आमचं दुसरं वेड. काही लिहिलं तर ते वाचून दाखवणं, त्यावर टीका-टिप्पणी व्हायची. यात हिला किंवा तिच्यासोबत असणाऱ्यांना गती नव्हती.

आईला हे कळत होतं. आणखीही काहीकाही जाणवत होतं. तिची सून माझ्यापासून दुरावत चाललीय आणि अनंतात अधिक रमतेय, हे तिला दिसत होतं. आडून का होईना तिनं ते सुचवलंदेखील. आई आता म्हातारी झालीय म्हणून मी

दुर्लक्ष केलं. तिच्या आवडी ती जोपासतेय त्यात गैर ते काय, असंही मला वाटलं.

अनंता, माझा धाकटा भाऊ तर ही त्याची वहिनी. वहिनी ही मातेसमान असते ही माझी धारणा. हा माझ्या मनावर रामायणानं केलेला संस्कार. मी ग्रंथांना मानतो. संस्कारांना बांधील राहतो. तो माझा रक्तगुण आहे. त्यानुसार त्यांना सहलीला जायला मी नि:शंक मनानं परवानगी दिली. सहलीहून परतली ती आमूलाग्र बदलून असं आईचं म्हणणं. मला ते पटणं शक्यच नव्हतं. रोजच्या चक्रातून बाहेर पडल्यावर माणूस उत्साही, तरतरीत होऊन येतोच. त्यात वावगं ते काय? माझा अनंतावर विश्वास होताच, त्याहीपेक्षा माझ्या प्रियतम पत्नीच्या गाढ प्रेमावर होता. इथं काही अन्य विचार करणं वावगं ठरलं असतं. उलट ती दोघं एकमेकांना समजून वागतात यात कुटुंबस्वास्थ्याचा पाया मजबूत व्हायलाच उपयोग होईल, ही माझी मनोधारणा होती.

अनंता कधी उशिरा घरी येई, तेव्हा ती रात्री न जेवता त्याच्यासाठी थांबून राही. मी किती वेळा तिला समजावून सांगितलं. तिचं एकच उत्तर, 'मी थोरली आहे. घरची सर्व माणसं जेवल्याखेरीज मी आधी जेवणं योग्य नव्हे.' तिच्या या प्रौढ समंजस उत्तरानं अर्थातच मी सुखावलो. कुणी, कसेही वागोत, तिच्या गृहिणीपदाला कमीपणा येईल अशी ती कधीच वागली नाही. लहान वयात तिची कर्तव्यनिष्ठा केवढी! समजूतदारपणा केवढा!

पण हे सगळं कुठल्या दिशेनं चाललंय हे मला कधीच उमगलं नाही. कधी शंकाही नसताना एकदम डोळ्यांपुढे आलं ते हे! सगळं जगणं निरर्थक करणारं, चांगुलपणा, विश्वास, श्रद्धा यांना कलंकित करणारं, 'मी'च्या सुंदर अस्तित्वाला उद्ध्वस्त करून टाकणारं...

आईनं मला तसं स्पष्ट का नाही सांगितलं? मी चिडलो नसतो, रागावलो नसतो, फक्त तिचा मार्ग तिला मोकळा करून दिला असता. कुणी कुणावर 'प्रेम कर' म्हणून करत नाही आणि 'नको' म्हणून थांबत नाही. मी तिच्यावर स्वत:पलीकडे प्रेम केलं. तो माझा स्वार्थ, माझा आनंद. तिनं तिच्या स्वभावधर्माप्रमाणे वागणं हा तिचा विचार-आचार. तो मी कसा बदलणार? पण आता जे घडलं ते मी होऊ दिलं नसतं, कदापि! आईनं मला तेव्हाच सावध केलं असतं तर ही आताची मोडतोड झाली नसती.

आईला अवघड वाटण्याचं कारण नव्हतं. आम्ही आई-मुलगा या नात्याइतकेच स्नेही म्हणूनही एकमेकांशी वागत होतो. मी तरुण होतो आणि ती परिपक्व वयातली होती. संकोच, गैरसमज अथवा भीती यांना आमच्या नात्यात प्रवेश नव्हता. आईच्या

वागण्यातून ते अनेकवेळा दृष्टोत्पत्तीस आलं होतं. असाच एक अवघड प्रसंग-

बाबा गेले तेव्हा आई साठीकडे झुकली होती. पहिल्यापासूनच ती परिपक्व विचारांची आणि गंभीर होती. बाबा गेले तेव्हा वडील मुलगा म्हणून क्रिया कर्मांतर करणं माझ्याकडे आलं. माझा या गोष्टीवर विश्वास नाही. विश्वास असता तरी बाबांसाठी मी काही केलं असतं, असं मला वाटत नाही. मी आईला स्पष्ट कल्पना दिली. आत्म्याचा प्रवास सुखरूप व्हावा म्हणून तांब्या, काठी, पादत्राणं भटास द्यायची हा मला निव्वळ मूर्खपणा वाटतो. त्यापेक्षा ते पैसे मी गरीब मुलांना जेवण घालण्यात खर्च करेन.

पुन्हा आपल्याकडची स्मशानं म्हणजे जीव गुदमरण्याची ठिकाणं. आलेले नातेवाईक केव्हा एकदा कवटी फुटते याची वाट बघणारे- तसंही बाबांनी आपल्या चांगुलपणानं गोत जमवलं नव्हतं. जी माणसं जोडली होती ती आईच्या थोरवीनं. तिचा हात देणाऱ्याचा होता. वेळी मदतीला धावण्याच्या तिच्या वृत्तीमुळे घरटी माणूस जोडलं गेलं होतं. शिवाय कुणाकडे अडलं -पडलं तर ती पदर खोचून मदतीला तयार असायची. बाबांच्या ओढगस्तीच्या संसारात तिनं कुणापुढे हात पसरला नाही की माहेरी याचकासारखी जाऊन उभी राहिली नाही. मुलांना पाठीशी बांधून ती ओळखीपाळखीतून कामं मिळवत राहिली. 'मला येत नाही', 'मी शिकलेली नाही' हे तुणतुणं वाजवत लोकाकडे घरकाम उपसत राहिली नाही. काम करता करता ती शिकत गेली. शिकत असतानाच कामं घेत गेली.

मी शिष्यवृत्तीवर शिकत गेलो. वार लावून जेवणाची सोय केली. अनंताचं तसं नव्हतं. पण आईनं त्याला दुबळेपणाचं भांडवल करू दिलं नाही. 'मी आहे, तू शीक,' हा तिचा खंबीर आधार त्याच्या पाठी होता. तिचा मामेभाऊ सधन माणूस होता. तिला मदत देऊ केली तर ती घेणार नाही हे तो जाणून होता. तिच्या अस्मितेला एवढाही धक्का पोचू न देता तो हिशोबाची कामं आणून द्यायचा. त्याचा धंद्याचा पसारा मोठा होता. त्यात त्याला विश्वासू, कामसू माणसं हवी असायची. आईला मजुरीची कामं न देता, मजुरांच्यावर देखरेख करण्याचं, हिशोब तपासण्याचं काम त्यानं दिलं होतं. आई ते चोखपणे सांभाळी आणि ताठ मानेनं महिन्याचा पगार घेई. व्यवहारात ती नातं येऊ देत नसे.

बाबा गेले तेव्हा मी तशाही अवस्थेत आईला माझा मनोदय सांगितला. रडणं, भेकणं या प्रकार नव्हताच. बाबा असतानाच, त्यांच्या अव्यवहारी, अविवेकी, संतापी आणि विक्षिप्त वागण्यामुळे जे काही रडायचं होतं ते तिनं रडून संपवलं होतं. लोकांना दाखवण्यासाठी गळा काढणं तिच्या वृत्तीत नव्हतं. ती एवढंच म्हणाली,

'तुला जे योग्य वाटेल ते तू कर.' अनंतानं थोडी चुळबुळ केली. माझ्या विरुद्ध बोलण्याची त्याची ताकद नव्हती आणि पुढाकार घेऊन काही करण्याची हिंमत नव्हती. त्याच्याकडे मी दुर्लक्ष केलं.

मी बाबांना भडाग्नी दिला. पूर्वेकडे तोंड करून शंख करून आलो. दुसरे दिवशी बालकाश्रमात जाऊन तिथल्या मुलांना पोटभर जेवू घातलं. गावच्या वाचनालयाला डागडुजी करता, खरेदी करता उरलेली रक्कम देऊन मोकळा झालो. मला जे करायचं होतं ते मी केलं. बाबांना वाचनाची प्रचंड आवड होती. त्यामुळे वाचनालयाला दिलेली देणगी, ही त्यांच्या आत्म्याला शांती द्यायला पुरेशी होती.

एक कर्तव्य पार पाडून मुंबईला परतलो. तेरावं वगैरे प्रश्न नव्हता. त्यामुळे सर्वजण आपापल्या कामावर रुजू झाले.

एका संध्याकाळी एकटाच स्वत:शी विचार करत होतो, अनंता आपल्या संसारात आहे. मी माझी बायको, माझी मुलं यात गुरफटलेला. आई एकटीच गावी आहे. तशी आयुष्याचा अर्धा अधिक काळ ती फक्त एकाकीपणाचीच सोबत घेऊन जगली होती. बाबांचा आणि तिचा संबंध मुलं जन्माला घालणं आणि तिनं मार खाणं यापुरताच यायचा. एरवी ती दोघं एकेकटीच होती; एकत्र राहत असूनही. पुढे तर आई अनंतासाठी शहरगावी आली आणि बाबा गावालाच धरून राहिले. भिक्षुकीत आयुष्य गेलं. आपल्याला एक बायको आहे, दोन मुलं आहेत याचं त्यांना कधी भानच नव्हतं. नसती खेकटी जोडून घ्यायची. गुंता निर्माण करायचा आणि घरा-दाराला वेठीस धरून तो उकलत बसायचा. गुंता कधी उकलला नाहीच, घर-दार मात्र भरडून निघालं.

तरी आईच्या गळ्यात मंगळसूत्र आणि कपाळी कुंकवाचा टिळा होता. तिनं त्याचं पावित्र्य सांभाळलं. त्रास देण्यासाठी का होईना नवरा होता. आता जवळचं-दूरचं कुणीच कुणी तिच्या सोबतीला नव्हतं. अशा वेळी तिच्या मनात काहूर उठत नसेल? पाऱ्यासारखं निसटून गेलेलं तारुण्य पुन्हा काय मोलानं ती परत मिळवणार होती? प्रेम, सहजीवन, त्यातला कोवळा आनंद यातल्या कुठल्याच गोष्टीची आणि तिची दृष्टभेटही आयुष्यात झाली नव्हती. वाट्याला आलेलं आयुष्य ती जगत गेली. तिनं कधी बंडखोरीची भाषा केली नाही, नवऱ्याला किंवा जावेला, दिराला प्रत्युत्तरं केली नाहीत की कर्तव्यात कमी पडली नाही. पुरुषाच्या हिमतीनं तिनं घर सांभाळलं आणि स्त्रीच्या सोशिकपणानं संसार केला. मातेच्या मायेनं जगावर पाखर घातली आणि पोटच्या मुलांना बापाची उणीव भासू दिली नाही.

अशा आईच्या बाबतीत मी एवढा त्रयस्थ कसा झालो? क्रिया-कर्मांतर

उरकून मुंबईला परतलो तो स्वस्थ चित्तानं. क्षणभरही विचार केला नाही की, आई आता एकटी -एक दुःखाची गाठोडी उसवत बसेल.

तिनं कधी काही स्वप्नं पाहिली असतील? आपल्या जोडीदाराबद्दल काही मृदु, सुगंधी कल्पना केल्या असतील? वडिलांकडून रूपाचा तेजस्वी वारसा घेऊन आलेली आई जन्मभर मन मारतच जगली. तिच्या मनातल्या हळुवार भावनांना कधी अंकुर फुटलेच नाहीत. बाबांसारख्या विक्षिप्त, कळकट, जबाबदारीपासून दूर पळणाऱ्या आणि विकतची श्राद्धं पदरात घेणाऱ्या माणसाबरोबर तिनं कसा संसार केला असेल? किंवा न केलेला संसार, आपला मानून कसा निभावला असेल?

विचारांच्या आवर्तात मी भोवंडत होतो. एक अगदी टोकाचा विचारही जागवून गेला. अगदी एवढीही लाज न वाटता स्पष्ट, स्वच्छपणे तो विचार मनाला स्पर्शून गेला, तिथंच रेंगाळत राहिला. मी प्रचंड अस्वस्थ झालो, उठलो आणि सरळ गावी जाऊन आईसमोर उभा राहिलो.

"तू?"..... कोयतीनं ती फणस खापलीत होती.

"हो."

"मधेचसा?"

"काही विचार आला मनात. तसाच तिरमिरत निघालो."

"आलास ते बरंच केलंस हो. अंघोळ करून ये. तोवर पेज करते. हा आताच फणस उतरवलाय. त्याची भाजी होईल. आवडते ना तुला!"

आई शांतपणे बोलत होती. जणू मधल्या काळात काही प्रचंड उलथापालथ घडून गेलीय, हे तिच्या गावीही नव्हतं.

"तू बरी आहेस आई?"

"बरीच तर आहे. असं का विचारतोस?"

"विचारायलाच आलोय."

आईनं माझ्याकडे पाहिलं. हातातली कोयती खाली ठेवत पदर अंगासरशी केला, "बोल"— ती म्हणाली.

"तुला एकटं नाही वाटत?" ती उदास हसली.

म्हणाली, "मी दुकटी कधी होते रे? जलम गेला असाच.... आयुष्याचं वाळवंट झालं. ते असतानाही एकटीच होते. ठाऊकाय तुला. आता काय, पन्नास गेले, पाच राहिले."

"असं म्हणू नकोस, गेलं ते कृष्णार्पण म्हणू या. फार सोसलंस, भोगलंस"— मग एकदम एका श्वासात बोलून गेलो, "आई, तू दुसरं लग्न का नाही करत?...

या वयात हवी असते ती सोबत. निवांत, शांत आयुष्य. आयुष्याच्या संध्याकाळी हवं असतं आपलं असं माणूस- जिथं व्यक्त होता येतं, आधार वाटतो. तुझा काही विचार असेल तर सांग. माझी काहीही हरकत नाही. मुळात या घराला प्रतिष्ठा दिलीस तू. अप्रतिष्ठा होईल अशी तू कधीच वागली नाहीस, वागणार नाहीस. लोकांचा विचार करू नकोस. शेवटी तुझं आयुष्य तुला जगायचंय. तुझा निर्णय घ्यायला तू स्वतंत्र आहेस.''

"तुझं बोलणं ऐकून मला बरं वाटलं. जे वाटतं ते तू बोलतोस आणि जे बोलतोस ते करण्याची ताकद तुझ्यात आहे. तरीही तू म्हणतोस तसा विचार मी कधीही केला नाही, करणारही नाही. तशी गरज मला कधी वाटणार नाही. आपण हा विषय थांबवू या.'' कात्रीनं दोरा कापावा तसा तिनं विचाराचा धागा नि:संदिग्धपणे कापून टाकला. मी तिच्या डोळ्यांत डोकावलो; त्यातल्या प्रखर तेजानं विरघळून गेलो. मला वाटलं मी फार सुधारकी विचार मांडतोय. मी धाडसी आहे. पण होतं उलटच. खरी सुधारलेल्या विचारांची होती ती आई. एकटेपण तिनं सहजी पेललं होतं, आज कित्येक वर्षं. कुठल्याच प्रकारे तिला त्याचं भांडवल करायचं नव्हतं. चक्री-वादळ उठलं होतं. विजा कडाडल्या होत्या, आकाश फाटून पाऊसधारा कोसळल्या होत्या. घराच्या खिडकीतून तिनं तांडव पाहिलं होतं. अंगावर पाण्याचे सपकारे घेतच खिडक्या बंद केल्या होत्या. तावदानाआडून ती विजेचे लोळ पाहत होती - विचलित न होता.

मी गेलो तसाच मुंबईला परतलो. मनात आलं; मी शिकलो-सवरलो, लिहिता झालो. प्रतिष्ठित म्हणवून घेणाऱ्यांच्या बैठकीतला झालो, पण आई? घाव सोसून शहाणी झाली, रानटी वृत्तीच्या माणसाबरोबर संसार करून सुविद्य झाली, एकटेपणात विचार करून तिला जीवनभान आलं. प्रत्येक प्रसंगांतून मला आई नव्यानं कळत होती. तिच्यापुढे मी कायमच पाच वर्षांचा राहाणार होतो. तिचा पदर धरून पुढे पाऊल टाकणार होतो. शहाणपणानं काही विचारायला गेलो पण आई चिडली नाही, रागावली नाही, तशी विचलितही झाली नाही. विचारात ती ठाम होती. तीनच वाक्यांत तिनं विषयाला पूर्णविराम दिला.

या आधी तिला कुणी याबद्दल विचारलं असेल की स्वत:च्याच मनाला तिनं हे उत्तर दिलं असेल? आताच की या आधीही ...? मला वाटतं आई समजूनही मला नीटशी उमगली नाही. आई म्हणजे स्त्रीचं एक परिपक्व पूर्ण रूप!

खरंच, माझी आई म्हणजे, संस्कृती, शालीनता आणि सौंदर्य यांचं प्रतीक होती. तिच्या सान्निध्यात मी सौंदर्यपूजक झालो. स्त्रीचं सत्त्व हेच तिचं खरं सौंदर्य, हे

तिच्या सहवासात मी शिकलो. सरस्वती आणि लक्ष्मी यांचं स्त्रीरूप दर्शन म्हणजे माझी आई! माझी आई म्हणजे.... 'आई' होती. या दोन अक्षरातलं विश्वरूप दर्शन! अशी आई जर प्रत्येकाला मिळाली तर या देशातल्या तरुणाला संस्कृतीचा अर्थ उमगेल.

माझं नशीब थोर म्हणून अशा आईच्या पवित्र गर्भात मी नऊ महिने विसावलो, वाढलो. माझ्या सर्व प्रियजनांवर मी केलेलं प्रेम आणि आईवर केलेलं प्रेम यांची तुला केली, तर आईचंच पारड जड असेल. मी पुनः पुन्हा त्या कुशीत जन्म घ्यावा आणि पावन व्हावं.

आज प्रथमच मी एवढा भावुक झालो....

***

दिङ्मूढ होऊन मी डायरी बंद केली. मुलगा आईला असा प्रश्न विचारू शकतो? आई मुलाला म्हणू शकते पण मुलगा? आपणहून तिला 'लग्न कर' सांगतो? केवढं आश्चर्य! हा प्रगत विचारांचा परिपाक नव्हे, तर परिपक्व मानसिकतेचा परिणाम. आईही न रागावता विषय संपवते. आई-मुलाचं हे खरं मैत्रीचं नातं. वैचारिक मोकळेपणा आणि मानसिक स्वातंत्र्य. मी मनोमन दोघांना हात जोडले.

आता पुढचा मजकूर वाचण्याच्या उत्सुकतेनं पुन्हा डायरी उघडली —

जेव्हा जेव्हा मी आईचा विचार करतो, तिच्याविषयी बोलतो, लिहितो, तेव्हा बाबांचा विचार हटकून मनात येतो. गुणांनी, वृत्तीनं, रूपानी दोन टोकांची असलेली ही माणसं एकत्र आणण्यात नियतीनं काय साधलं असेल? नियती, देव, दैव असल्या गोष्टींवर अजिबात विश्वास न ठेवणारा मी आई-बाबांना डोळ्यांपुढे आणतो, तेव्हा सपशेल हार मानतो. आबांनी तरी काय बघून या माणसाच्या गळ्यात आपली नक्षत्रासारखी मुलगी बांधली असेल?

भिक्षुकी करणारी गरीब घरातली मुलं गरीब स्वभावाची, सालस, कष्टाळू आणि आहे त्यात समाधान मानून संसार करणारी असतात, हा एक गोड गैरसमज. निदान माझे बाबा तरी या समजाला अपवाद होते. त्यांना कशाचीही हाव नव्हती हे खरंच, पण कशाची म्हणजे, किमान जगण्यासाठी काही गोष्टींची गरज असते, याचीही फिकीर नव्हती. भिक्षुकीचा पंचा, धाबळी, सोवळं हे कळकटच असावं हा त्यांचा ठाम विश्वास होता. विहिरीला उदंड पाणी असूनही त्यांची अंघोळ कावळ्याची असायची. त्यांचं जेवणही उदरभरणासाठीच असायचं. ते चवीनं जेवले नाहीतच, पण रुचीनं जगलेही नाहीत.

नक्षत्रासारखी माझी आई त्यांच्याबरोबर कशी जगली असेल? वागली असेल?

फक्त गरज पुरवण्यापुरतीच ती त्यांच्या खोलीत जात असेल. आपल्याला काम कुठं मिळेल इकडंच बाबांचं लक्ष असे. पंचवीस माणसांच्या त्या एकत्र कुटुंबात 'आपलं' असं काही नसेच. जे काही मिळेल ते घरातल्या वडीलधाऱ्या व्यक्तीला द्यायचं. त्यानं प्रपंचाचा गाडा सांभाळायचा. आमच्या कुटुंबात सर्वांत वडीलधारी होती ती आतेबाय. ती घराची वहिवाट बघायची. हवं-नको, उरलं-पुरलं सगळं तिच्या नजरेच्या इशाऱ्यावर असायचं. आई रूपानं देखणी म्हणून ती आईचा सतत दुस्वास करायची. पण आईनं कधी चुगली केली नाही की कपाळाला आठी घातली नाही. जन्मभर ती कामं ओढत राहिली.

तेव्हाची एक आठवण माझ्या मनावर वज्रलेप झालीय-

रात्री मी आईला बिलगून झोपायचो. असेन तेव्हा चार एक वर्षांचा. आई रडत होती, हे मला जाणवलं. हुंदका बाहेर पडू नये म्हणून पदराचा बोळा करून ती तोंडात कोंबत होती. मला जाग आली. मी विचारलं, "आई ग, रडतेस का ग?"

"नाही बाळा..."

"मला माहिताय, आतेबायनं तुला लाडू दिला नाही म्हणून"—

"वेडा रे वेडा. मला लाडू आवडतच नाही. मीच त्यांना नको म्हणून सांगितलं."

"हुं! आई, आतेबाय, तुला खूप काम करायला लावते का ग?"

"खूप कुठं? आणि आपल्या घरातली काम आपण नकोत करायला?"

"मग दोन्ही ताई का नाही करत. त्या तिघी झोपाळ्यावर बसतात आणि तू काम करत असतेस."

दळण-कांडण, शिंपण-सारवण, वर भाकऱ्यांची एवढी चवड- सगळं आईच तर करायची. मला दिसायचं, पण त्या लहान वयात बोलून दाखवता यायचं नाही. बघावं तेव्हा पदर बांधून काम करत असायची.

मी विचारलं, "आई, खोटं बोलणं वाईट्ट असतं?"

"होय बाळा. नेहमी खरं बोलावं. खरं बोलणारी मुलं बाप्पाला फार आवडतात."

"आणि मोठी माणसं? त्यांनी खोटं बोललेलं चालतं?"

"कसा रे तू वेडा! खोटं बोलणारी माणसं बाप्पाला मुळीच आवडत नाहीत."

"मग तू का खोटं बोलतेस?"

"मी कुठं खोटं बोलते रे?"

"दिवसभर काम करतेस. मला जवळ घ्यायला तुला वेळच नसतो, आतेबाई, ताई कुणीच कामं नाही करत."

"अरे बाबा, त्या दमतात ना काम करून, म्हणून मी -"

"खोट्टं बोलतेस. झोपाळ्यावर बसून टवाळक्या तर-"

"चूप! असं बोलतात का वडीलधाऱ्यांबद्दल. कुठं शिकलास हे बोलायला? असं नाही बोलू बाळा."

"नाही बोलत. खरं बोलायचं नाही. तुझ्याशी कट्टी"— मी तोंड फिरवून झोपलो. मलाच रडायला येत होतं. आईचा मायेचा हात हळूच अंगावरून फिरला आणि तिच्या कुशीत शिरून मी झोपी गेलो.

असाच एक दिवस. तो श्रावण महिना असावा. बाबा कुठून तरी पूजा आटोपून आले होते. यजमानीणबाईंनी नारळ, तांदूळ, बदाम आणि घसघशीत दक्षिणा दिली होती. शिवाय पुरणपोळ्या बांधून दिल्या होत्या. आतेबाय फुरंगटून बसली होती. म्हणाली, 'देस तुझ्या बायकोला. अरे, घरात एवढं माणूस जेवणारं. पटणी दळून ठेवायला नको? संध्याकाळच्याला भाकरीला पीठ नाही. तिला कळायला नको? आता बोलल्ये, तर दळायला जातं मांडलीन्. ही काय रीत झाली?'

बाबा उन्हातान्हाचे तळतळत आले होते. घरी येऊन जेवायचं तर हे रामायण. तसेच तिरमिरत उठले आणि आईच्या कमरेत लाथ घातली. आईचा खुंटीवरचा हात सुटला. ती कलंडली.

त्यानं ते वार करत सुटले. आई कण्हत होती, विव्हळत होती, पण प्रतिकार करत नव्हती. आतेबाय, तिच्या मुली, घरातली माणसं डोंबाऱ्याचा खेळ बघावा, तसे पाहत होते. मला काय होत होतं सांगणं कठीण. हुंदका घशात दाटला होता, श्वास कोंडला होता. वाटत होतं, आईच्या प्रत्येक विव्हळण्याबरोबर ते वार माझ्या अंगावर उमटतायत. हे मी आता, या वयात लिहितोय. तेव्हा काय कळत होतं? राग, चीड, दुःख यांनी भरलेला मी, शेवटी "आई-आई गऽ" करत धाव घेतली. बाबांचा हात थांबला. ते जेवायला निघून गेले. मी आईच्या अंगावर कलंडलो. आईनं जोरात हुंदका दिला. "आई, आई, रडू नको ग! मी फुंकर घालतो. देवबाप्पा तुला बरं करेल" असं म्हणत मी रडत होतो. शेवटी सगळे दूर गेले. मी आणि आईच रडत होतो. एकमेकांचे डोळे पुसत होतो. शेवटी मी आईला रडत रडत म्हणालो, "चल ऊठ, आपण आबांच्या घरी राहायला जाऊ. त्यांना बाबांचं नाव सांगू. ते बाबांना फटके मारतील."

त्याही अवस्थेत आईनं माझ्या तोंडावर हात ठेवला. म्हणाली, "बाबांबद्दल असं बोलू नये. माझं काहीतरी चुकलं असेल म्हणून त्यांनी मला शिक्षा केली. बाबा चांगले आहेत—"

"खोटं, तू खोटं बोलतेस. बाबा दुष्ट आहेत. वाईट आहेत. तुला शिक्षा करणारे बाबा मला आवडत नाहीत, जा." आणि मी मोठ्यानं गळा काढून रडू लागलो.

वयाच्या चौथ्या वर्षी बाबांच्या व्यक्तिमत्त्वाचा हा पैलू माझ्या मनावर कोरला गेला. कळत गेलं तसं तसं त्यांच्या स्वभावातले विशेष प्रकर्षानं जाणवत गेले. त्यांचा नाकर्तेपणा, भित्रेपणा आणि नसती लचांडं मागे लावून घेण्याची प्रवृत्ती हळूहळू लक्षात येत गेली. मला शाळेत घेऊन जाणारी आई, शिक्षणासाठी बाहेरगावी सोय करणारी आई, मॅट्रिकला जिल्ह्यात पहिला आलो तेव्हा आनंदानं, उमेदीनं फुललेली आई, शिक्षणासाठी हिंमतीनं मला मुंबईला पाठवणारी आई एखाद्या तलवारीच्या तळपत्या धारेसारखी मला भावली. स्वत:चं शालेय शिक्षण फारसं नसताना तिनं मला 'पुढे हो'चा महामंत्र दिला. बाबा हात झटकून मोकळे झाले. माझ्यामागे त्यांनी 'दिवटा' हे विशेषण लावलं होतं. मी त्यांना अखेरचं 'पाणी पाजणार' नाही, याची त्यांना शंभर टक्के खात्री होती, मलाही.

अखेर त्यांना कर्करोग झाला तेव्हा शुश्रूषा करायला कुणी नाही म्हणून ते आईच्या आसऱ्याला आले. तेही कर्म त्या साध्वीनं निष्ठेनं पार पाडलं. हे गेल्या जन्मीचं ऋण असावं.

फक्त एका बाबतीत मी बाबांचा ऋणी आहे. माझ्या वाचनाची आवड बाबांनी पुरवली. पुराण वाङ्मयाची ओढ, संत वाङ्मयाविषयीचं प्रेम, पूजा विधी, मंत्र पठण, श्लोक पठण ही सर्व बाबांची देन. त्यांना वाचनाचं प्रचंड वेड होतं. त्यांच्याकडून ते माझ्यात संक्रमित झालं. एका निर्धन, निष्क्रिय, पापभिरू, नाकर्त्या बापानं मुलाला दिलेलं हे मोठंच वैभव. आज मी जो आहे त्यात बाबांच्या या इस्टेटीचा फार मोठा वाटा आहे. या सर्व नकारातूनही या एका सकारात्मक कृतीमुळे मी त्यांचा कायमचा कृतज्ञ आहे.

९

या जागेवर येऊन बसायला मला नेहमीच आवडतं. निवांत, गर्दीपासून दूर एका टोकाला. स्मशानाची मागची बाजू. पण तिथल्या घुसमट-गर्दीपासून अंतर ठेवून फक्त समुद्राशी नातं सांगणारी जागा. इथं आलं की मला नेहमीच शिवशक्तीचं दर्शन घडतं. क्रोधाविष्ट शिवाच्या तांडवाचा पदन्यास इथल्या लाटांतून दिसतो. उन्मत्तपणे पुढे पुढे येणाऱ्या लाटा आणि त्यांची घनगर्जना.

कित्येक घटका मी आणि जयंतानं इथं घालवल्या आहेत शब्दही न उच्चारता. कधीकधी मावळत्या सूर्याचं मोह पाडणारं लालसर प्रतिबिंब पाहताना हरखून गेलोय. ओहोटी असली की पाणी आत आत जायचं. आम्ही तिकडे दुर्लक्ष करून जोरजोरात बोलत असू. जयंताचं माझं मैत्र आजचं, कालचं नव्हे, जन्मोजन्मीचं. त्याच्याबरोबरचा प्रत्येक क्षण माझ्या मनात जागा आहे, जीवंत आहे.

आमची ओळख कॉलेजच्या वाद-वक्तृत्व स्पर्धेत झाली. विषय होता - 'साम्यवादानं जगाची हानी झाली आहे.' जयंता विषयाच्या बाजूनं बोलणार होता. मलाही होकारात्मकच बोलायचं होतं. पण सर म्हणाले, "तुम्हा दोघांपैकी एकाला विरोधी बाजू मांडावी लागेल."

आम्ही दोघेही एकदम बोललो, 'पटत नसली तरी?'

"हे पाहा, ही वाद-वक्तृत्व स्पर्धा आहे. तुमचं वक्तृत्व आणि वादातलं कौशल्य महत्त्वाचं. तुमचा व्यासंग त्यातून कळेल. भाषेवरचं प्रभुत्व आणि मांडण्याची धाटणी लक्ष्यवेधी ठरेल. हे काही पार्लमेंटमधलं भाषण नव्हे. पार्लमेंटमध्ये जाण्याची ही पूर्वतयारी आहे. आपल्याला पटत नाही तीच बाजू प्रभावीपणे मांडण्यात खरी हुशारी आहे."

मी हट्टी, ढिम्म. मागे सरकायला तयार नाही. सर म्हणाले, "जयंता, हा चॅलेंज घे. पटत नसली तरी विरुद्ध बाजू ठामपणे मांड," जयंता क्षणभरच गप्प

राहिला, मग म्हणाला, ''ठीक आहे सर. मी विरुद्धच बोलेन. साम्यवादानं जगाची हानी तर नाहीच उलट प्रगती झाली आहे, अशी बाजू मांडेन.''

मला आतल्या आत शरम वाटली. त्याच्या उमदेपणानं भारावलो. स्पर्धा झाल्या. आम्ही ट्रॉफी जिंकली. व्यक्तिगत बक्षीस मला पहिलं आणि त्याला दुसरं. खरं तर मी जाऊन बोलायला हवं होतं, पण तोच आला. म्हणाला, 'खूप छान बोललास. अभिनंदन!' त्याच्या अभिनंदनानं मी मोठा ठरण्याऐवजी लहान झालो. त्याच्या बोलण्यातून त्याचा व्यासंग जाणवत होता. सगळं स्टॅटिस्टिक्स त्याच्या तोंडावर होतं. भराभर आकडेवारी देत होता.

मी वक्तृत्वावर सभा जिंकली. पण ते खरं नव्हे. शांत, धिमेपणानं त्यानं केलेली विषयाची मांडणी त्याच्या सखोल अभ्यासाची साक्ष होती. स्पर्धा झाल्या, दोन दिवस गाजल्या, संपल्या. या स्पर्धेच्या बक्षिसापेक्षा मला मिळालेला जयंताचा स्नेह लाख मोलाचा होता. आम्ही दोघं आर्थिक दृष्टीनंही समान पातळीवर होतो. मी वारावर जेवत होतो, तो स्वत:च्या पैशावर. दोन शिकवण्या करून तो पैसे मिळवायचा. स्वत:च्या दहा बाय बाराच्या खोलीत राहायचा. भाडं आणि जेवण त्याच्या शिकवणीच्या पैशात भागायचं. पण आमचा कंगालपणा आमच्या मैत्रीच्या आड कधीच आला नाही. पुढे तर त्याच्या दोन्ही शिकवण्या त्यानं मला दिल्या.

बी.ए. झाल्यावर त्यानं एका शाळेत नोकरी धरली. त्याच्या विषयात तो चोख होता. विद्यार्थीप्रिय होता. गॅदरिंग, नाटकं बसवा असल्या भानगडी आपल्याला जमणार नाहीत, असं त्यानं हेडमास्तरांना स्पष्ट सांगितलं. शेवटी इतर शिक्षकांच्या तक्रारीमुळे ते वैतागले. म्हणाले, 'शिकवण्याव्यतिरिक्त अन्य कोणत्याही जबाबदाऱ्या तुम्ही घेत नाही. इतर शिक्षक तक्रार करतात. त्यांच्यावर भार पडतो.'

'माझे रिझल्ट्स बघा. ९५ टक्के विद्यार्थी उत्तम गुण मिळवून पास होतात. पालक कष्ट करून मुलांची फी भरतात, त्याचं चीज झालं पाहिजे.'

'मला मान्य आहे. तुमच्या शिकवण्याबद्दल काही बोलताच येणार नाही. ते उत्तमच आहे. पण नाटक, खेळ, गॅदरिंग या महत्त्वाच्या ॲक्टिव्हिटीज आहेत. त्यात लक्ष नको घालायला? ते काही नाही. तुम्ही संध्याकाळी शिकवण्या करता असं मला कळलं-'

'कुणी सांगितलं तुम्हाला?'

'त्याच्याशी तुमचा संबंध नाही.'

'संबंध आहे. ज्यांनी तुमचे कान भरले त्यांना पूर्ण माहिती द्या. मी संध्याकाळी दोन शिकवण्या करतो. पाच-पाच मुलांच्या. झोपडीतली गरीब आई-बापाची मुलं

आहेत ती. वडील रस्ते बांधण्याच्या कामावर, आई भांडी घासणारी. ही मुलं पेपर टाकून नाहीतर गाडी पुसण्याचं काम करून हातभार लावणारी. ती इंग्रजीत हमखास नापास होतात. त्यांना मोफत शिकवतो. वेळी त्यांना पुस्तकं-वह्या-पेन पुरवतो. हे सांगा त्या थोर लोकांना आणि हा माझा राजीनामा. अशा लोकांना पदराखाली घालणारे हेडसर ज्या शाळेत आहेत त्या शाळेला भवितव्य नाही.'

'अहो पण -'

'पण- परंतु- अथवा- किंवा ही उभयान्वयी अव्ययं आहेत. त्यांचा इथं उपयोग नाही. मी चाललो, नमस्कार.'

'अरे, पण माझं ऐका—' मी उठून आलो.

"उठून आलास ते योग्य केलंस. तुझ्या स्वभावाला साजेल असंच. पण गृहस्था, राजीनामा का दिलास? आता तुझा पगार थांबला. शिकवण्या पण मला दिल्यास. आता त्या तुला मी परत करतो."

"वेडा आहेस का? अरे, मला एम.ए.च्या अभ्यासाला अधिक वेळ मिळेल."

"आणि पोटाचं काय?"

"सकाळी करेन रे शिकवण्या. तू का त्रास करून घेतोस पण?"

मला त्रास होईल अशाच गोष्टी तो करायचा. पण त्या त्रासानं दुःख न होता त्याची एक झळझळीत प्रतिमा माझ्या मनावर ठसायची. त्याचं चांगुलपण, निःस्वार्थीपण, सत्याची चाड आणि असत्याविषयी चीड, शुद्ध चारित्र्य आणि पीडितांविषयीचा कळवळा हे सगळं बघून मी मनात म्हणायचा, देव देव म्हणतात तो असाच असणार. माझा देवावर विश्वास नाही, पण माणसातल्या देवत्वावर आहे. कुणी विचारलंच, तर मी छातीठोकपणे सांगेन, होय, मी देव पाहिलाय. हाडा-मासांचा, चालता-फिरता-बोलता, देवमाणूस! माझा जयंता देवमाणूस होता.

एम.ए. झाल्यावर त्याला कॉलेजमध्ये नोकरी मिळाली. त्याची प्रगाढ विद्वत्ता बघून प्राचार्यांनी त्याला बी.ए. (स्पेशलचे) वर्ग दिले. हातात पुस्तक न घेता, संदर्भ देत तो बोलायचा. मुलं मंत्रमुग्ध होऊन ऐकायची. अशा जयंतावर एकदा कठीण प्रसंग ओढावला.

परीक्षांचे दिवस. हा पर्यवेक्षक म्हणून काम पहात होता. एक बड्या घरची मुलगी पेपर लिहीत होती. ती सारखी खाली मान घाले आणि नंतर भराभर पेपर सोडवी. जयंताला शंका आली. त्यानं एका स्त्री पर्यवेक्षकाला बोलावून तिची तपासणी करायला लावली. आश्चर्य म्हणजे तिच्या पंजाबी खमीजच्या आतल्या बाजूला प्रश्नोत्तरं टाचलेली होती. जयंतानं तिचा पेपर काढून घेतला आणि त्यावर 'कॉपी' असं लिहून

तिला प्राचार्यांकडं नेलं. प्राचार्य गडबडले, ''ती बड्या उद्योजकांची मुलगी आहे. सोडून द्या. आपल्या ॲन्युअलला त्यांची बरीच मोठी मदत असते.

''मला मान्य आहे सर, पण म्हणून तिला कॉपी करण्याची सूट देणं योग्य नव्हे. उद्या बाकीची मुलं हेच उदाहरण आदर्श समजतील.'' बराच वाद झाला. विशेष म्हणजे त्या मुलीच्या चेहऱ्यावर टस् की मस् नाही. आजवर ती अशीच रँक मिळवत आली होती. या शेवटच्या परीक्षेत हा मास्तर वेगळं काय करणार? ही तिची समजूत.

दुसऱ्या दिवशी जयंतानं तिला हॉलमध्ये प्रवेश दिला नाही. ती तडक प्रिन्सिपलकडे गेली. तिथं तिचे तीर्थरूप बसले होते. जयंताला बोलावणं गेलं. ते जयंताला म्हणाले, ''सर, तुम्ही फार ताणू नका. तिचं नुकसान होईल. आपलेच विद्यार्थी आहेत. शिवाय या वर्षीचा रिझल्ट आल्यावर आमच्याकडून मोठं डोनेशन येईल.''

''त्याची मला कल्पना आली. आपण उदार मनानं डोनेशन द्यालच पण त्याचा आणि या कॉपी प्रकरणाचा काय संबंध?''

''असं काय बोलताय सर? तुम्ही समजून घ्या ना!''

''काय समजू? श्रीमंतांच्या मुलांनी कॉपी केली तर चालते आणि गरीब मुलांनी केली तर तो गुन्हा ठरतो हे नवीन सुभाषित समजून घेऊ? की कॉपी करणं हा विद्यार्थ्यांचा जन्मसिद्ध हक्क आहे असं समजू?''

''सर, तुम्ही काहीच समजू नका. मला सांगा, तुम्ही रोज कॉलेजला कसे येता?'' त्या मुलीच्या वडिलांनी विचारलं.

''त्याचा इथं काय संबंध?''

''कारची व्यवस्था केली असती''

''म्हणजे?'' तेवढ्यात प्रिन्सिपल मध्येच म्हणाले, ''म्हणजे असं, की मी साहेबांना बोललो होतो की आपण म्हणजे आमच्या कॉलेजचं भूषण आहात. आम्हाला आपला अभिमान वाटतो''

''त्याबद्दल धन्यवाद! पण त्याचा यांच्या कारशी काय संबंध?''

''संबंध म्हणजे... त्यांना वाटतं, अशा प्राध्यापकांचा गौरव करावा.'' प्राचार्य चाचरत म्हणाले.

''अस्सं! आपण बोललात हाच माझा गौरव आहे. पण गौरव घ्यायला मी पात्र नाही. माझी एक विद्यार्थिनी कॉपी करते. म्हणजे मी शिक्षक म्हणून कमी पडलो. तिचे वडील मला गाडीची लाच देतात याचा अर्थ एक नागरिक म्हणून त्यांनी माझी किंमत

ठरवली आणि तुम्ही त्यांची बाजू घेऊन माझी समजूत काढत आहात. ज्या महाविद्यालयाचे प्राचार्य पैशांपुढे नमतं घेतात, मूल्यांना मुरड घालतात त्या महाविद्यालयात काम करणं मी पाप समजतो. माझं नैतिक अध:पतन होऊ नये म्हणून मी आजच राजीनामा देतो आहे. तो स्वीकारा.'' एवढं बोलून जयंता ताडकन बाहेर पडला. संध्याकाळी भेटल्यावर त्यानं हे सगळं मला सांगितलं आणि म्हणाला, ''मी मूर्खपणा केला असं आता कृपा करून म्हणू नकोस.''

''मी काहीच म्हणत नाही, फक्त तुझी काळजी करतो. जयंता अरे, जग इतक्या भल्या माणसांचं नाहीय. ते खोटारड्यांचं, पैसे खाणाऱ्यांचं, लांड्या-लबाड्या करणाऱ्यांचं आहे. तुझ्या प्रिन्सिपॉलसारख्या लाचारांचं आणि त्या उद्योजकांसारख्या माणसं विकत घेण्याऱ्यांचं आहे.''

''म्हणजे या जगात जगायला मी लायक नाही, असं तुला सुचवायचंय का?''

''स्टॉप इट्! तू माझ्या सहनशक्तीचा अंत बघतोयस. मला म्हणायचंय तुझ्यासारख्या निर्मळ, पवित्र चारित्र्यसंपन्न माणसामुळे हे जग सुंदर आहे. तू जर संपलास तर जगातलं चांगुलपण संपून जाईल. मित्रा अरे, तुझ्यासारखी शंभर-हजार माणसं तयार झाली पाहिजेत. नवी पिढी घडवायला तुझी खूप खूप गरज आहे.''

''असं म्हणतोस म्हणूनच तुला यडा म्हणायचं! हे बघ, तू फार चांगला आहेस आणि माझ्यावर मनापासून प्रेम करतोयस, म्हणून हे जे काही वक्तव्य केलंस ना ते करू शकलास. माणसानं इतकं भावनाप्रवण असू नये.''

''होय, मी भावनावश होतो. मी माणूस आहे रे! तुझ्यासारखा सांधू-संत नाही. तू प्लीज हसू नकोस.''

''हे बघ, नोकरी गेली म्हणजे मी 'भिक्षान्देहि' करत हिंडणार आहे असं समजू नकोस. एका मोठ्या ट्यूशन क्लासमध्ये मला बरेच दिवसांपासून बोलावतायत. होय-नाही चाललं होतं. आता उद्या जाऊन त्यांच्यासमोर उभा राहतो. पोटा-पाण्याचा प्रश्न सुटला. हीच काळजी आहे ना तुला?''

''चांगली किंमत केलीस माझी. तुझ्या अन्नाची मला काळजी नाही बिलकूल. तुझं हे चांगुलपण दुष्ट जगापासून कसं सांभाळायचं याची मला काळजी वाटते.''

त्याचं आणि ट्यूशन क्लासचं गणित बऱ्यापैकी जमलं होतं. तो मुलांच्या गराड्यातच असायचा. मुलांच्या अनेक शंका. रात्री तो परतायचा तेव्हा घरापर्यंत मुलं सोबत असायची. एक दिवस तो बडबडतच घरी आला. म्हटलं, ''काय झालं रे?''

''विचित्र रे! आपण कॉलेजमध्ये शिकलो. आपणही १८-१९ वर्षांचे होतो. पण हे असं?''

"हे असं म्हणजे काय?"

"म्हणजे, माझ्या वर्गातला एक मुलगा आणि एक मुलगी. इंग्रजीचा तास. मी त्यांना कीट्सची कविता शिकवत होतो."

"कुठली?"

"ला बेला दाम सान्स मर्सी." तर त्या मुलाला ती मुलगी आवडत होती म्हणे आणि ही कविता ऐकल्यावर तो मॅडसारखा तिच्यामागेच लागला. त्यानं तिला पत्र पाठवलं - 'ओ ब्यूटिफुल लेडी विदाऊट मर्सी'- प्रत्येक ओळीचा मराठी अर्थ लिहिलेलं प्रेमपत्र आणि ती बुद्धिमान मुलगी त्याच्या प्रेमात पडली म्हणे. मग क्लासला दांडी मारून बागेत जाणं, सिनेमाला जाणं सुरू झालं. एक दिवस आईच्या कानावर ही बातमी पडली. झाडा-झडती सुरू झाली. ते पत्र आईला मिळालं. ती माऊली ते पत्र घेऊन क्लासमध्ये आली. मला म्हणाली, "मुलांना तुम्ही काय शिकवता?"

"इंग्रजी, मराठी, संस्कृत."

"मग हे-हे काय?"

"अहो, ही कीट्स नावाच्या जगप्रसिद्ध कवीची कविता आहे. ती त्यांना अभ्यासाला आहे. ती शिकवत होतो."

"मुलांना असल्या कविता शिकवता?"

"असल्या म्हणजे? आपण काय म्हणता ते मला कळत नाही."

"कळत नाही तर हे वाचा"- तिनं त्यांची प्रेमपत्रं माझ्यासमोर टाकली.

मी हताश होऊन बघत राहिलो. पण स्वतःला सावरत म्हणालो,

"मी संस्कृतच्या तासाला मुलांना 'शाकुन्तल' शिकवतो. त्यांना ते अभ्यासाला आहे. आता हे शिकवणं बंद करायचं का? मग जगातली सगळी प्रेमकाव्यं जप्त करावी लागतील. तुमची मुलगी आणि तो मुलगा असे का वागले याचं उत्तर माझ्याकडे नाही. ते तुम्ही शोधा. वर्गातली ही दोनच मुलं अशी का वाकड्या मार्गाला गेली याचा विचार आई-वडिलांनी करायचा. मारझोड करून असे प्रश्न सुटत नाहीत."

"तुम्ही जीव तोडून शिकवता त्याचा परिणाम मुलांवर होतो."

"भले! जीव तोडून शिकवणं हे शिक्षकाचं कामच आहे. त्यामुळे असं काही घडत असेल तर कठीण आहे. इथं प्रत्येक वर्गात ४०-४० विद्यार्थी आहेत. सबंध २००० मुलांत ही दोनच मुलं अशी का निघावीत याचा विचार तुम्ही करा. मीही त्या दोघांशी स्वतंत्र बोलेनच..."

"सगळ्या वर्गात हे नाटक रे! मला कळतच नाही, ही एवढी एवढीशी मुलं; काय कळतं रे यांना प्रेमातलं? ही मुलं प्रेमाच्या कल्पनेवर प्रेम करतात. आयुष्यातलं उणेपण कुठल्या तरी मार्गानं भरून काढतात. आई-वडिलांचं दुर्लक्ष, एकटेपण, अर्धवट ज्ञान यातून हे काहीतरीच घडतं."

"मला वाटतं जयंता, चांगल्या संस्कारांचा अभाव हे मूळ कारण. आपण नाही एकेकटे आलो मुंबईत? राहण्याची सोय नाही, जेवणाची भ्रांत, शिक्षण कसं होईल ही काळजी. अरे, वेळ कुठं होता प्रेम करत बसायला? वाचायला वेळ कमी पडायचा. आपण पुस्तकं चावून खायचं काय ते शिल्लक ठेवलं होतं. किती वाचत असू, विचार करत असू, वाद घालत असू. Empty mind is a devil's workshop म्हणतात तसं झालंय या मुलांचं."

"या प्रेमिकांचं राहू दे बाजूला. पण ती कविता खरोखरच अप्रतिम आहे. तू खरंच ती जीव तोडून शिकवली असशील. तुला आठवतं, एकदा एक्स्ट्रा लेक्चरला पंजाबी नावाचे सर आले होते. एक तर त्यांचं व्यक्तिमत्त्व मोठं देखणं होतं. सुरेख उच्चार आणि कविता शिकवण्याचा खास ढंग."

"आठवतं तर! त्यांनी लागोपाठ दोन व्याख्यानं या कवितेवर दिली होती आणि त्यांचे इंग्लिश ॲक्सन्ट्स रे! बस्! कविता त्यांनीच शिकवावी..." जुन्या आठवणीत आम्ही एवढे बुडालो!

कवितेचं पुस्तक टेबलावरच होतं. मी ते उचललं आणि जयंताच्या हातात देत म्हणालो, "वाच रे! किती दिवसांत तुझ्या तोंडून कविता ऐकली नाही." मी कॉटवर टेकून बसलो. तो समोर उभा राहिला. प्रथम त्यानं स्वत:शीच काही ओळी म्हटल्या आणि मग अगदी आतल्या खोल आवाजात कविता वाचायला सुरुवात केली—

'Oh what can ail that knight at arms
alone and pailly loitring
the sage has withered from the lake
and no bird sings.'

त्याच्या खोल खोल आवाजातले शब्द मन विदीर्ण करत होते. माझ्या डोळ्यांपुढून तो पूर्ण प्रसंग सरकत होता...

समुद्राला ओहोटी आहे. लाटा मागे मागे जातायत. दूरवर रखरखीत वाळवंट पसरलंय आणि तो सोल्जर तप्त वाळूचे चटके सहन करत जड अंत:करणानं एकेक पाऊल उचलतोय. त्याचे डोळे तिचा शोध घेतायत. पण ती निर्दय सुंदरी केव्हाच त्याच्या दृष्टीपल्याड गेलीय- 'ला बेला दाम सान्स मर्सी'....

एकेक ओळ जयंता वाचत होता. मी ऐकत होतो. रात्र दाराबाहेर ताटकळली होती. ती रात्र त्या कवितेची होती, त्या प्रेमविव्हल सोल्जरची होती, त्या कठोर अंत:करणाच्या लावण्यवतीची होती.

आम्ही दोघं हरवलो होतो.....

आज मी जयंताची वाट बघून दमलो. त्याच्या वाटचा चहाही मीच प्यालो. चहा करणं, किराणा माल खरेदी करणं, भाजी ही कामं माझी. वरण-भात-भाजी ही कामं त्याची. तो बल्लवाचार्य, मी वरकाम करणारा. चपातीचं काम आम्ही ब्रेडवर भागवत असू.

क्लासवरून तो थेट घरी यायचा. आता रात्रीचे नऊ वाजले. माझी कामावर निघायची वेळ. का आला नसेल हा? एवढ्यात तो आलाच. दमला-भागला, हताश-निराश.

"काय झालं रे? कुठं वाद घालत उभा होतास? का राजीनामा —"

"जरा चहा करशील? मी खूप थकलोय- मनानं?"

मी चटकन स्टोव्ह पेटवला. त्याला आधी पाणी दिलं. म्हटलं त्याला बोलू द्यावं. मी गप्पच. चहा घेऊन तो म्हणाला, "गेले दोन दिवस मी एका वसाहतीत शिकवायला जात होतो. तिथल्या गरीब मुलांना हे 'दादा' लोक हाताशी धरतात. दारूच्या बाटल्या पोचवायला सांगतात. माझा अंदाज आहे, अगदी लहान मुलांना आणखीही काही- म्हणजे अमली पदार्थ वगैरे पोचवायला सांगत असतील. ही मुलं शिकणार कशी? पुढे चांगले नागरिक होणार कशी? म्हणजे डोळ्यांदेखत गुंडांची नवी टोळी घडताना आपण पाहत राहायचं. शाळेत जाणं त्या मुलांना आवडत नाही. मीठ-मिरचीपुरते पैसे मिळतात म्हणून आईवडीलही गप्प. मी आधी आईवडिलांना गाठलं. त्यांना समजावलं. ते तयार झाल्यावर आता मुलांना शिकवायला सुरुवात केली. आज चौथ्यावरच्या झाडाला टेकून बोर्ड लावला, तर काही दादा मंडळी आली. त्यांचं माझं बोलणं काय झालं ते सांगतो—

'तुमी मास्तर नव्हं?'

'होय.'

'फी किती म्हनायची?'

'मी तसंच शिकवतो. फी नाही घेत.'

'का?'

'अहो, ही गरीब मुलं आहेत. मुलांच्या आया घरकामं करतात.'

'वडील-'

'त्ये समदं आम्हास्नी ठाव हाय. तुमी आमाला शाणं करू नका तर मास्तर, आपला नोकरी-धंदा करून गुमान बायका-पोरांत बसायचं सोडून हे लांडं धंदं कशापायी?'

'अहो दादा, मुलं शिकली सवरली तर उद्या -'

'तुमच्यावानी मास्तर व्हतील. तुमची काय कमाई असंल ते कळतं तुमच्याकडं बघून. उद्या ही मुलं आमच्या धंद्यात शिरली तर गाडीतनं फिरतील, बंगल्यात राहतील.'

'पण माणूस म्हणून-'

'मास्तर, लेक्चर शाळंत-कॉलेजात द्याचं, हित नव्हं. जागा चुकलासा बगा तुमी. अवो मानूस मानूस म्हंजे कोन वो? दोन हात- दोन पाय हैत म्हंजे झाला मानूस. आता आमचं आयका. ती तुमची धोकटी, खडू उचला आन् चालू पडा गुमान. आमच्या मुलांचं काय करायचं ते आमी बघू. पुन्यानी या रस्त्याला फिरकायचं न्हाई. काय? डोसक्यात शिरलं नव्हं?'

"त्यांनीच माझी पिशवी माझ्या खांद्याला लटकवली. त्यात माझं पुस्तक, खडू ठेवले. बोर्ड उचलून बाजूच्या गटारात टाकला. मी मुकाट घरी आलो. सांग मला, कसं व्हायचं रे या नव्या पिढीचं? काय आदर्श आहे या मुलांपुढे?" तो मुलांच्या काळजीत आणि मी त्याच्या काळजीत. बरं तर बरं एवढ्यावरच मिटलं.

ती शिकवणी तर थांबलीच. तो रस्ताही बंद झाला. आता तो दुसऱ्या एका गल्लीतून घरी यायचा. थोडा लांबचा रस्ता होता. पण वस्ती श्रीमंत होती. अंधारायला लागलं की सामसूम व्हायचं. इथं-तिथं दारात गुरखे उभे असायचे. गेटजवळच्या दिव्यांचा उजेड रस्त्यावर पडायचा. अधूनमधून मोटारी यायच्या. गेट उघडलं जायचं. मोटार आत शिरली की दरवाजा बंद. तेवढीच काय ती जाग. एखाद दुसरी कामवाली लगबग जाता-येताना दिसायची. 'भाऊ टैम काय झाला?' विचारायची. तोच काय तो आवाज अंधारावर, शांततेवर तरंग उमटवायचा. पुन्हा सगळं सामसूम. जयंता खाली मान घालून खांद्यावरची शबनम आणि हातातलं पुस्तक सांभाळत यायचा. त्याचा हा वहिवाटीचा रस्ता झाला होता. आज त्या रस्त्यावर काही वेगळं घडलं. एका विचित्र आवाजाच्या किंकाळीनं शांतता डहुळली.

एक तरुणी वेगानं धावत होती. हेल्प, हेल्प ओरडत गेली. दोन गुंड तिचा पाठलाग करत धावत होते. जयंता तिरिमिरीनं पुढे झाला. "तू पळ. मी आहे" असं म्हणत तो आडवा उभा राहिला. ती मुलगी धावत मधेच कुठल्यातरी गल्लीबोळात

शिरली. गुंडांनी जयंताला हटकलं, 'तू कोण रे?'

'तिचा भाऊ, असे धंदे करता? तुम्हालाही आया-बहिणी असतील ना?'

'कोण रे हा लल्लू-पंजू? मास्तरडा दिसतोय. एका घासाचा नाय रे. चल बाजूला हो. फुक्कट मरशील.' एकानं जयंताला ढकललं. जयंतानं बळ एकवटून आपली शबनम त्या गुंडाच्या तोंडावर मारली. 'धावा-धावा' तो ओरडतच होता. चार-पाच गुरखेही तेवढ्यात तिथं पोचले. जयंता म्हणजे हाडांचा सांगाडा, चिमूटभर मांस नाही शरीरावर. आपटला तो एका दगडावर. मुका मार लागला, गुडघे फुटले, खांद्याला खरचटलं. गुरख्यांना बघून गुंड तर पळाले. हा लंगडत, खुरडत कसाबसा घरी आला. त्याचा अवतार बघून मी घाबरलोच.

त्याला आधी पाणी पाजलं. डेटॉलनं जखमा पुसल्या. चहा केला. डॉक्टर जवळचेच मिळाले. त्यांना घेऊन आलो. सगळी उस्तवार झाल्यावर जमला तसा मऊ भात केला. म्हणजे तो आपोआप तसा झालाच. जयंताला खूप बोलायचं होतं, पण त्याला एकही शब्द बोलू न देता मुकाट्यानं झोपायला लावलं. ऑफिसला न जाता गस्त घालत राहिलो. कण्हत कण्हत तो केव्हातरी झोपी गेला. त्याला झोपेची गोळी दिली होती.

दोन-तीन दिवसांनी पत्ता शोधत ती मुलगी आली. त्याच्या क्लासमधला एक विद्यार्थी तिला घेऊन आला. त्याच्याकडून माहिती कळलीच होती, तिच्याकडून आणखी माहिती कळली. तेवढ्यात जयंता आलाच. ती उठून उभी राहिली. जयंता तिला ओळखणं शक्यच नव्हतं. तिनंहून ओळख दिली. स्वतःची माहिती सांगितली. आभार मानले. सगळे सोपस्कार झाले. मग तिच्याकडे न पाहताच तो म्हणाला, "तुम्ही चांगल्या घरातल्या, शिकलेल्या मुली. अशा अवेळी शांत रस्त्यानं एकटीनं जाऊ नये एवढं कळत नाही तुम्हाला?"

"सॉरी सर. मी प्रथमच या रस्त्यानं गेले. उशीर झाला म्हणून हा जवळचा रस्ता... मला काय ठाऊक असं काही घडेल? माझ्यामुळे तुम्हाला—"

"मला काय झालं हा मगचा भाग. माझा त्रास संपेल, जखमा भरतील. तुम्हाला काही झालं असतं; अहो घरच्यांना पत्तादेखील लागला नसता. आपल्या चुकीच्या वागण्यानं आपण सर्वांना किती ताप देतो"—

"चुकलं सर" ती रडायलाच लागली. शेवटी मध्यस्थी करून मी विषय थांबवला. ती मुलगी आणि तो विद्यार्थी गेला. पण दर एक दिवसाआड ती येतच राहिली, बिस्किटं किंवा फळं घेऊन.

पहिल्या दिवशी जयंतानं तिला ठणकावलं,

"ही फळं कशाला? मला मार बसला त्याची भरपाई?"

"असं काय बोलता सर? आजारी माणसाला भेटायला जाताना आपण नेतोच की काहीतरी."

"मी नेत नाही. मला परवडत नाही." ती पुन्हा डोळे पुसायला लागली.

मी म्हणालो, "ठीक आहे. आज ठेवा. पुन्हा काही आणू नका."

नाक-डोळे पुसतच ती म्हणाली, "मी आणणार. तुम्ही दुसऱ्यावर जबरदस्ती कशी काय करता? आम्हाला काय मत नाही? मन नाही?" आता कठीण प्रसंग आला. तिनं मन मध्ये आणलं ना? आम्ही गप्पच झालो. ती अधूनमधून येतच राहिली, जयंता बरा झाला तरी.

हे येणं, त्यांच्या गप्पा मला शुभंकर वाटल्या. ती कान्ट, हेगेलवर बोलत होती आणि शेले, बायरनवर पण बोलत होती. कधी तीच चहा करायची. आता आम्हा तिघांची दोस्ती जमली. पण मी मना सज्जनाला बजावलं, शहाणा असशील तर टाऊन हॉल लायब्ररीचा रस्ता धर. राहिलेलं वाचन तिथं होईल. दुर्गाबाईंसारखी ताठ कण्याची बुद्धिमान स्त्री तुला भेटेल. त्या माय माऊलीचं मार्गदर्शन लाख मोलाचं ठरेल. इथं तुझं काय आहे? त्या दोघांना पोटभर चर्चा करू दे. मी माझं वेळापत्रक बदललं.

आणि जयंताच्या खोलीत सॉक्रेटिस, कान्ट, हेगेलबरोबर गडकरी, बालकवी, कुसुमाग्रज, मनमोहन, रॉय किणीकर मुक्कामाला आले. चर्चेचे विषय बदलले. घराचा नूर पालटला. जयंताच्या जीवनात काहीतरी घडतंय हे मला जाणवू लागलं. आणि... एक दिवस जयंताऐवजी तिनंच मला सांगितलं. अगदी एकेरी उल्लेख करून, "तू उद्या ऑफिसला रजा घे."

"उद्या काय आहे?"

"आमच्या लग्नाची रीतसर नोटीस द्यायला आम्ही रजिस्ट्रारच्या ऑफिसमध्ये जाणार आहोत!"

"काय म्हणालीस?"

"मी काय म्हटलं ते तू ऐकलंयस. मनावर ठसायला थोडा वेळ लागेल." मी गडबडलो होतोच. आनंदानं आणि आश्चर्यानंसुद्धा!

रात्री जयंता आल्यावर त्याला विचारलंच, "अरे जंगली माणसा, हा लग्नाचा विचार तुझ्या डोक्यात कसा काय शिरला?"

"शिरला नाही, शिरवला. खरं म्हणजे I am on the horns of a Dilema. आता तुला लॉजिकल उत्तर देतो. मी विचार केला, If you don't marry there is nobody to look after you and if you marry your wife is there to trouble you." मी म्हटलं झक मारली आणि याला हा प्रश्न विचारला.

"तिच्या घरून परवानगी आहे?"

"मला लग्न तिच्याशी करायचंय, घरच्यांशी नाही. ती तिची डोकेदुखी आहे. तिच्या बापाच्या श्रीमंतीशी माझं देणं-घेणं नाही."

"अरे बाबा, हे तिला पटलंय आणि मला निश्चित खात्री आहे. पण जगाला ठाऊक नाही."

"जग गेलं तेल लावत. तुला मान्य आहे ना? झालं तर! माझं जग म्हणजे तू." मी नंदीबैलासारखी मान हलवली आणि पानं वाढून घ्यायला सुरुवात केली. आता मला या दोघांच्या संसाराची काळजी वाटायला लागली.

बघ बघ म्हणता लग्न पंधरा दिवसांवर आलं. लहानसहान खरेदी सुरू झाली. जयंताच्या दोन विद्यार्थ्यांना हाताशी धरून मी साफसफाई करून घेतली. साधाच का होईना रंग काढला. अरे, लग्न घर दिसायला हवं ना! आज बाहेर पडता पडता जयंता म्हणाला, "आज तिच्यासाठी दोन साड्या घेऊन येतो रे!"

"म्हणजे ती नाही येणार खरेदीला?"

"शेवटी ती मलाच विचारणार ना? 'कुठली घेऊ सांगा ना!' त्यापेक्षा माझ्या आवडीच्याच घेईन. आमचं असं ठरलंय."

"काय?"

"माझे कपडे तिच्या आवडीनं खरेदी करायचे आणि तिचे माझ्या पसंतीनुसार घ्यायचे."

"चांगलं आहे." मी कपाळावर हात मारून म्हणालो आणि जयंता खरेदीला गेला. रात्री दहा वाजले तरी परतला नाही. मी त्याच्या एक-दोन विद्यार्थ्यांकडे चौकशी केली. तो क्लासला रोजच्या सारखा गेला होता. पण शेवटचे दोन तास दुसऱ्या शिक्षकांनी घेतले. त्याला कुठं जायचंय सांगून तो लवकर बाहेर पडला होता. मी ऑफिसला येत नसल्याचं कळवलं. जेवणाचा प्रश्नच नव्हता. घड्याळाचे टोल ऐकता ऐकता पहारा करत राहिलो. उजाडता बाहेर पडलो. कुठं गेला हा प्राणी? त्या मुलीकडेही कळवलं. ती बिचारी जीव मुठीत धरून धावत आली. शोधाशोध, धावपळ, चिंता यात दिवस मावळला. शेवटी रात्री पोलीस स्टेशन गाठलं. आता काळजी करणं एवढंच आमच्या हातात होतं. त्यानंतर आज या क्षणापर्यंत मला जयंता दिसला नाही. पृथ्वीनं त्याला गिळलं की वाऱ्यानं त्याला वावटळीत पकडून दूर कुठं नेऊन टाकलं? कुठं अपघातात तर... की काही घातपात...? कुठं कुठं

म्हणून हा गेला? त्याचे कुणी शत्रू नव्हते. त्यानं कधी कुणाचं वाईट करणं तर जाऊ दे, पण कुणाचं वाईट चिंतिलंही नाही. कधी असत्य बोलला नाही की अनीतीनं वागला नाही. कुणाचं नुकसानं केलं नाही. अशा चारित्र्यसंपन्न, गुणी, सत्त्वशील माणसाचं हे असं का व्हावं? नाहीसाच झाला म्हणजे काय? काहीही कळू नये?

आणि दोन महिन्यांनंतर एक दिवस ती मुलगी उगवली. भुतासारखी दिसत होती. माझ्यासमोर एक जीवंत प्रेत उभं होतं. क्षणभर मी गप्पच होतो. मग तीच म्हणाली, ''मला वाटतं, नव्हे, खात्री आहे, माझ्या पप्पांनीच हे केलं असावं—''

''काय?'' मी मोठ्यांने ओरडलो.

''सरांना नाहीसं केलं...'' वाचा हरवल्यासारखा मी बघत राहिलो.

''मला खात्री पटल्यावर मी घर सोडलं.''

''आणि?''

''मी इथं राहायला येणार आहे. सरांच्या जागी त्यांची विधवा म्हणून. लग्न न होताच विधवा... तू मला सांभाळशील?''

एवढ्या दिवसांनंतर बांध फुटून मी मोठ्यानं रडू लागलो- जयंताच्या नाहीशा होण्यानं, त्या अश्राप मुलीच्या वेदनेनं, नियतीच्या क्रूर थट्टेनं. हे असं व्हायचं होतं तर! कितीतरी वेळ ती खोली आमच्या हुंदक्यानं भरून राहिली होती...

''तुझे पप्पा तुला अशी राहू देतील?''

''त्यांचं माझं नातं संपवून मी आलेय.''

''तू वेडी आहेस का? जो माणूस तुझ्या भावी पतीला नाहीसा करतो, तो तुला त्याच्या या लहानशा खोलीत राहू देईल. मला जगू देईल. मी तुला मदत करतो हे कळायला वेळ लागणार नाही. मी घाबरतो असं बिलकूल समजू नकोस. जयंतासाठी मी काहीही करायला तयार आहे. पण तुझे पप्पा आपलं जगणं अशक्य करतील. शहाणी असशील तर परत जा. शीक, मोठी हो. स्वत:च्या हिमतीनं नोकरी मिळव आणि मग त्या घरातून बाहेर पड. तुझ्या आईचाही तू विचार कर. तिनं काय करावं? मुलीसाठी रडावं की नवऱ्याच्या क्रूरतेपुढे नमून जीव द्यावा? आणि तरुण मुलीनं एकटं जगणं सोपं नसतं. विचार करून निर्णय घे. पाहिजे तर दोन दिवस मैत्रिणीकडे रहा. तिकडे चौकशी होईलच. पण तू इथं आलीस हे कळलं तर आपल्या दोघांनाही धोका आहे. पण हे लक्षात ठेव, मी सदैव तुझ्या पाठीशी आहे.''

जरा अंधारल्यावर ती बाहेर पडली. तिच्या वडिलांनी तिच्या प्रियकराला नाहीसा केला होता. आपल्या बापाच्या श्रीमंतीकडे पाठ फिरवून ती घराबाहेर पडली होती. न मिळालेल्या आपल्या माणसाची विधवा म्हणून ती आयुष्य काढणार होती.

त्या एवढ्याशा मुलीला काय कळलं होतं आयुष्य? पण तिच्या त्या असीम त्यागानं मी स्तिमित झालो. जयंताची निवड किती योग्य होती!

मला एकदम पोरकेपण आलं. जयंताचं नसणं त्या मुलीनं हिमतीनं पचवलं होतं. ती जगणार होती त्याच्या आठवणींची सोबत घेऊन. मला न कळत ती जागवून गेली होती.

मी जगलो. कालांतरानं संसारी झालो. पत्नीच्या प्रेमात जगाला विसरलो. मुलांचा पिता झालो. आयुष्यातली सगळी सुखं माझ्या लहानशा संसारात नांदायला आली.

आणि आता अचानक माझ्या आयुष्यात हे विपरीत घडून गेलं. अगदी अंत:करण पिळवटून वाटलं, 'जयंता, आता तू हवा होतास रे! मी फार एकटा, एकाकी झालो.'

❖❖❖

(डायरी वाचता वाचता थांबले. तिथं एक लहानशी टीप होती - ''जयंता आणि स्नेहसुधा पाठोपाठच माझ्या आयुष्यात आली. एक अमीट ठसा उमटवून आपापल्या मार्गानं निघून गेली. त्यांच्यामुळे मला आयुष्याचा अर्थ कळला. जगणं सुंदर झालं. आमचं तिघांचं आयुष्य एकमेकांत गुंतत गेलं. घडत गेलं. तो सगळा गुंता आता त्रयस्थपणे उलगडतोय. माझंच जगणं, आरशात रूप पाहावं तसं पाहातोय. तर आता स्नेहाबद्दल'' - ही मधली टीप वाचली आणि डायरीचा पुढचा मजकुर वाचायला बैठक जमवली.)

(१०)

जयंताच्या पाठोपाठ कुणाची आठवण येत असेल तर ती स्नेहसुधा खानोलकरची. मोठी गोड, भावुक आणि हुशार मुलगी. खेळातही तशीच तरबेज. रनिंग, हाय जंप, लाँग जंप यात तिची बक्षिसं पहिल्या-दुसऱ्या नंबराची. तशीच वक्तृत्व स्पर्धा, निबंध स्पर्धा यातली. आम्हाला बक्षीस घेताना चाळीस टाळ्या. तर तिला चारशे. एका वर्षी बक्षीस घेऊन मी जागेवर येऊन बसलो, तर बाजूच्या खुर्चीवरून आवाज आला 'बक्अप् स्कॉलर'.

"धन्यवाद!" मी उत्तरलो. तिच्या मैत्रिणी कुजबुजल्या, 'अय्या, तो चक्क 'धन्यवाद' म्हणाला. मुलीशी बोलला. तो बाजूचा बाल ब्रह्मचारी मुलींकडे बघत पण नाही ग!' सगळ्या खिदखिदल्या. आम्ही दोघं गप्पच होतो.

दोन दिवसांनी मुली दारातच उभ्या होत्या. सर अजून यायचे होते. मी आणि जयंता वर्गात शिरत होतो. जयंता थेट आपल्या जागेवर जाऊन बसला. मी तिच्यासमोर जाऊन उभा राहिलो. म्हणालो, "मला मुलींची ॲलर्जी नाही, पण मैत्रिणी गोळा करणं, हॉटेलात जाणं, फिरायला जाणं याकरता जो निवांतपणा आणि खुशालचेंडू वृत्ती लागते ती आमच्यात नाही. शिक्षणासाठी आम्ही कोकणातून इथं आलो. कष्ट करून शिकतो आहोत. तुम्ही जरूर टिंगल करा. पण तुम्हाला ज्या पद्धतीची मुलं अभिप्रेत आहेत, त्यातले आम्ही नव्हे."

सर येताना दिसले. आम्ही वर्गात धावलो. तास संपल्यावर मी वर्गाबाहेर पडत असता तिनं मला गाठलं, "मला तुमच्याशी बोलायचंय."

"पण मला काहीच बोलायचं नाही."

"सॉरी. तुम्ही रागावू नका. मला-"

"आपण उद्या बोलू. मला ट्यूशनला जायचं आहे." मी तिला टाळलं. मग ती रोज येऊन माझ्या समोर उभी राहायची. मी किती दिवस तिला हुलकावणी देणार

होतो? शेवटी बोलत बोलत एक दिवस आम्ही जयंताच्या खोलीवर आलो. तशी तिनं स्पष्ट कबुली दिली, "मला तुमची ओळख करून घ्यायची होती."

"कशासाठी?"

"मार्गदर्शनासाठी." जयंता उठून खिडकीशी जाऊन उभा राहिला.

मला थांबणं भाग होतं. शिवाय त्याच्या इतका मी सोवळा नव्हतो.

"म्हणजे तुम्हाला ट्यूशन हवी आहे?"

"नाही हो. प्रॅक्टिसमुळे माझे खूप तास बुडलेत. नुसत्या कुणाच्या नोट्स वाचून काहीच कळत नाही. आता परीक्षेला जेमतेम दीड महिना राहिलाय. कसा अभ्यास होणार? काय करायचं?"

मी जयंताकडे पाहिलं. त्यानं पालथी मूठ तोंडाला लावून 'शंख करा'- असं सुचवलं. मी हसलो. जयंताला ती पाठमोरी होती. तिला वाटलं मी हसण्यावारी नेतोय. ती अजिजीनं म्हणाली, "हसू नका मला आय.एम.पी. वर खुणा करून द्या. काही महत्त्वाचे टॉपिक्स सांगा. मी खूप आभारी होईन तुमची. माझे वडील तसे रागीट आहेत. म्हणतील, 'अभ्यास सोडून हे लांडे धंदे करायला सांगितलेत कुणी? ती मेड्ल्स काय गळ्यात बांधून घ्यायचीयत? अभ्यास करा मुकाट्यानं.' त्यांचं म्हणणं खरंय, पण माझीही काही आवड आहेच की." तिचं म्हणणं ऐकून मला पाझर वगैरे फुटला नाही, पण ब्याद टळावी म्हणून मी एकेका पुस्तकातला महत्त्वाचा भाग खुणा करून देऊ लागलो.

सतत ३-४ दिवस ती येत राहिली. मी तिला पासाच्या शिड्या देत गेलो. जयंता तर ती आली की पुस्तकात डोकं खुपसून बसायचा. हळूहळू परीक्षेचं वातावरण तयार होऊ लागलं. ग्राउंड्स ओस पडू लागली. वाचनालयं उशिरापर्यंत उघडी राहू लागली, लहान लहान वर्गात बसून मुलं पुस्तकात डोकं खुपसून बसू लागली. आमच्या पुढे तर दुसरा पर्याय नव्हता. आहे त्या स्थितीतून वर यायला फक्त अभ्यास, अभ्यास आणि अभ्यास एवढंच आम्हाला माहीत होतं. त्यामुळे तिच्याबरोबर वेळ घालवणं मला परवडणार नव्हतं.

परीक्षा आटोपल्या. आता दोन महिने तरी तिनं यायचं कारण नव्हतं. नंतर कदाचित्, आमचे मार्गच बदलणार होते. आमचे ऑनर्सचे आणि ॲडिशनलचे विषय आणि तिचे विषय अगदी वेगळे असण्याची दाट शक्यता होती. तेव्हा तिनं भेटण्याची भीती बाळगायला नको होती. पण तसं घडलं नाही. रिझल्टच्या दिवशी ती पेढे घेऊन आली. चांगले अर्धा शेर. केशरी पेढे. मला शंका आली, ही पण एखादं पारितोषिक घेऊन गेली की काय?

मी आश्चर्यानं विचारलं, "तू पण मेरिटमध्ये आलीस काय?"

"नाही. भलतंच काय? मी सेकंड क्लास मिळवला तोही तुमच्या मार्गदर्शनामुळे."

"मग त्याचे एवढे पेढे?"

"हे माझे पेढे नव्हेत. तुम्ही दोघं मेरिटमध्ये आलात म्हणून. मला फार अभिमान वाटला."

"आमच्या दोघांच्या यशाचा तुम्हाला अभिमान वाटला? का?" जयंतानं प्रथमच तोंड उघडलं.

"अरे, तुम्हाला बोलता येतं?" ती मोठ्यानं हसली. मग म्हणाली, "का वाटू नये? तुम्ही इतर मुलांपेक्षा अगदी वेगळे आहात. चांगले, सरळमार्गी. हुशारी तर तुम्ही सिद्ध केलीच आहे. मुंबईत तुमच्या घरचं कुणी नाही म्हणून मी पेढे घेऊन आले." तिच्या या वागण्यानं आम्ही भारावलो. जयंता म्हणाला, "मी कॉफी करतो. आपण आमचं यश सेलिब्रेट करू." ती पुढे होत चटकन म्हणाली, "मला कॉफी करता येते. मी करते." आणि आमच्या कानफुटक्या कपातून कॉफी पीता पीता आमच्यातलं परकेपण संपलं. ती तरुण मुलगी आहे आणि आम्ही दोघं ब्रह्मचारी या खोलीत असतो; ती सुस्थितीतली आहे आणि आम्ही कंगाल आहोत हा कुठलाच भेद आमच्या तिघांच्याही मनाला शिवला नाही. ती येत राहिली. गप्पा रंगवत राहिली. चर्चेत नवे विषय येत गेले. त्यात कुटुंबसंस्था, त्यातले नातेसंबंध, ताणतणाव हेही विषय आले. या विषयातले काही बारकावे तर आम्हाला ज्ञातही नव्हते.

तिच्या येण्यानं एक फार मोठा बदल झाला. आमच्या एकूण कोरड्या जगण्याला मृदुतेचा स्पर्श लाभला. विशेष म्हणजे आमच्या तिघांच्याही मनात कुठलाच 'वेगळा' भाव निर्माण झाला नाही. आम्ही तिघंही स्वच्छ, शुद्ध मित्र होतो. आजूबाजूचे धुसफुस करत होते; कारण त्यांना तेवढंच करता येत होतं. आम्ही त्यांना धूप जाळत होतो. आमची मान ताठ होती. विशेष म्हणजे स्नेहाला गोड गळा होता. कधी लहर लागली तर ती आपणहून गायची. तेव्हा, आम्ही मेलो तरी आमची दखल न घेणारे आमचे प्रेमळ शेजारी खिडकीला नाक चिकटवून उभे राहायचे. स्नेहाचं जणू हे दुसरं घरच होतं. तिच्या आईला हे ठाऊक होतं. एकदा आमच्या खोलीवर ती थालीपिठं घेऊन आली होती आणि माझ्या हातची कॉफी घेऊन निर्धास्त मनानं परतली होती.

असे एकमेकांच्या सवयीचे झालो असता स्नेहाचं येणं कमी कमी होऊ लागलं. शेवटी मी टोकलंच, "का ग, आज-काल महाग झालीस?"

"आता महाग नाही, दुर्मीळ होणाराय."

"म्हणजे?"

"म्हणजे, तुमच्याकडे येतेय असं खोटंच सांगून मी दुसरीकडे जातेय."

"आईला खोटं सांगून आणि आम्हाला न सांगता तू जातेस कुठं?"

"कुठं? तू यवढा यडचाप कसा रे? मुली असं खोटं केव्हा बोलतात?"

"केव्हा? मला काय ठाऊक? मला ठाऊक असलेली मुलगी तूच काय ती. आणि तू आम्हाला काहीच सांगितलं नाहीस."

"तू गप्प बस ना बाबा! जात असेल एखाद्या शिकवणीला नाहीतर गाण्याच्या क्लासला प्यँ प्यँ करायला."

"हा बघ दिवटा! तुम्हाला पुस्तकातलं कळतं, बाकी काही नाही."

'दिवटा' शब्दाबरोबर माझं मन पंधरा वर्षं मागं गेलं.... तिचं - माझ्या मीरेचं पत्र वाचून मला बाबा हेच म्हणाले होते, 'दिवटा'! म्हणजे ही प्रेमात तर पडली नाही? मी एकदम गंभीर झालो. तिच्यासमोर जाऊन उभा राहिलो. "स्नेहा, तू प्रेमात पडलीयस?" ती मोठ्यानं हसली.

"तुमच्या लक्षात नाही आलं? मैत्रिणी तर म्हणतात, मी बदललेय म्हणून." जयंतानं विचारलं, "आता सांगणारायस का सगळं? आम्हाला हे बदलबिदल काही कळत नाही."

"मी एका माणसावर प्रेम करतेय."

"तू गाढवावर प्रेम करत नाहीस, माणसावर करतेस हे कळण्याइतकी आम्हाला अक्कल आहे." मी वैतागून म्हणालो.

"तू चिडतोस काय? ती किती आनंदाची बातमी सांगतेय. स्नेहा, हा मुलगा कोण, कुठला, तुझं कुठं जमलं सगळं सगळं सविस्तर सांग." जयंता समजुतीनं म्हणाला.

"अरे, आमच्या शेजारचा बंगला आहे ना, त्याच्या मालकाचा मुलगा मध्यंतरी आमच्या घरी आला होता. आमचं घर बघायला. मग घर बघणं, चहा-पाणी वगैरे झालं. त्याच्याबरोबर त्याचा मित्रही होता. ओळख झाली. मी कॉलेजला निघाले होते. तो म्हणाला, मी सोडतो तुला कॉलेजपर्यंत. मग आम्ही तिघं मिळून गेलो. गप्पा झाल्या. हळूहळू ओळख वाढली. मग...झालं."

"अग पण, प्रेम केव्हा, कसं जमलं?" मी उत्सुकतेनं विचारलं.

"तू ना, बेअक्कलच आहेस. प्रेम केव्हा जमलं त्याची तारीख-वार-वेळ, किती वाजून किती मिनिटांनी पहिली कबुली दिली..... सांगते हं!"

"स्नेहा, तू आमची टर उडवू नकोस. अग आम्हाला अनुभव नाही ना, म्हणून विचारतोय." मी प्रामाणिकपणे सांगितलं.

"अरे वेड्या, असं सांगता येत नाही म्हणूनच त्याला प्रेम म्हणायचं. ते होऊन जातं, असं कोसळतं, झपाटून टाकतं. मग आपण वेडे वेडे होऊन जातो. एका सुंदर जगात जातो. ते जग दोघांचंच असतं. दोघांसाठीच असतं. खूप छान असते रे ही प्रेमाची जाणीव, तो स्पर्श... ए, मला नाही सांगता येत. तुम्ही प्रेम करा म्हणजे कळेल."

"खरंच! नाही सांगता येत—" मी पुटपुटलो.

'एकदाच अनुभव त्याचा, आरंभ-अंत सौख्याचा, नच पुन्हा!'

'अरे, तुला काय झालं? ती स्नेहा तिच्या प्रेमाबद्दल सांगतेय.' मला गदागदा हलवत जयंता म्हणाला. मी दहा वर्षांपूर्वीच्या मीरेच्या जगातून पुन्हा वर्तमानात आलो.

"काही नाही रे. मला गोविंदाग्रज आठवले. स्नेहाचं असं झालं असणार."

"स्नेहा, आता नीट सांग. त्या मुलाचं नाव काय? घरी कोणकोण आहेत? तो काय करतो?"

"तुम्हाला आवडेल की नाही... पण सांगते. त्याचं नाव 'नासेर खान'. त्याचे आई-वडील कराचीला असतात. मोठं कुटुंब आहे. इथं तो शिक्षणासाठी असतो. होस्टेलवर. इंजिनिअरिंगच्या शेवटच्या वर्षाला आहे." आम्ही दोघं एकदम गप्पच झालो.

"तुम्ही गप्प का झालात? तो मुसलमान म्हणून—"

"खुळ्यासारखं बोलू नकोस. हिंदू-मुसलमान हा प्रश्न नाही. तो माणूस म्हणून कसा आहे हे महत्त्वाचं. बरं, हेही कळणार नाही की घरची माणसं कशी आहेत, वातावरण कसं आह? जेवण-खाण-राहणं, रीतिरिवाज सगळंच वेगळं. तू असं कसं प्रेम केलंस? विचारच केला नाहीस?"

"विचार? अरे, असा विचार नाही रे करता येत. प्रेम करता येत नाही, ते होऊन जातं... असंच. असं धुक्यासारखं; धुक्यात कसं असतं? ते धरता-पकडता येतं का? त्याचं असणं फक्त जाणवतं. तसंच!"

"तू काय म्हणतेस ते कळत नाही. पण काळजी वाटते."

"नका रे काळजी करू. मग मी नर्व्हस होईन आणि हे बघ जयंता, दाखवून लग्न करतात तेव्हा तरी काय ठाऊक असतं रे! अगदी जात-पात-गोत्र-कुंडली मांडून, ३६ गुण जमून लग्नं लावतात. ती सगळी काय यशस्वी होतात? मी

सांगते, आपली ९० टक्के लग्नं टिकवली जातात. संसार ओढत आयुष्य काढणारी जोडपीच अधिक. समाज, प्रतिष्ठा, कौटुंबिक बंधनं या धाकात जगायचं. त्यापेक्षा अशा लग्नात प्रेमाचा अनुभव तरी मनसोक्त घेता येतो. पुढचं कुणी पाहिलंय? शेवटी जुगारच.''

''ए बाई, तू जुगारापर्यंत येऊन थडकू नकोस. जयंतानं फक्त एक बाजू सांगितली. तुला आवडला ना नासेर? झालं तर मग, आम्हालाही तो आवडणारच.''

आता सांग, ''तुम्ही कोणत्या भाषेत बोलता ग?''

''हिंदीत.''

''म्हणजे तू हिंदीत प्रेम करतेस? कठीण आहे.'' मी काळजी व्यक्त केली.

''कठीण काय? उद्या तुझं प्रेम जमलं—''

''याचं? ती मुलगी पळून जाईल या अस्ताव्यस्त प्राण्यापुढे?'' जयंतानं वक्तव्य केलं.

''पण तू समज ना, याला कुणी रंभा भेटलीच, तर हा काय?...''

''होय, मी संस्कृतमधे प्रेम करणार.''

''तिला चारुगात्री, मृगनयने अशी हाक मारणार?''

''ए, तुम्ही दोघं जरा शहाण्यासारखं बोलाल का? मला सांग स्नेहा, हा नासेर स्वभावानं कसा आहे ग?''

''खूप चांगला आहे रे! प्रेमळ, उमद्या मनाचा. मी सांगू, प्रेम करावं मुसलमान लोकांनीच!''

''ए मूर्खशिरोमणी, आमचं संस्कृत वाङ्मय वाच. तो दुष्यंत, चारुदत्त, नल राजा; अग एकेक व्यक्तिरेखा अशा आहेत, वाचणारा त्यांच्या प्रेमातच पडेल.''

''म्हणूनच मी वाचत नाही.''

''तू खुषीत आहेस ना! झालं तर. तुझे आई-वडील-?''

''तो विचारच मी सोडून दिलाय. घरून कडाडून विरोध होणार. मला कोंडून ठेवणं, धाक दाखवून त्यांच्या पसंतीच्या मुलाशी लग्नं लावणं. हे सर्व प्रकार होणार.''

''मग ग?''

''पळून जाऊन लग्न करणं. तेवढा एकच मार्ग आहे.'' आम्ही तिथं पुन्हा गप्प झालो.

मग जयंता म्हणाला, ''तू नासेरशी लग्न करायचं नक्की ठरवलंयस?''

''हो.''

"त्यानं पण?"

"होय."

"काही झालं तरी—"

"अगदी इकडचं जग तिकडं झालं तरी!"

"मग ठरवून टाक. करून मोकळे व्हा. आम्ही दोघं तुमच्या पाठीशी आहोत."

"मला खात्री होती. आम्ही दिल्लीला जाऊन लग्न करणार आहोत. तिथं त्याचे काका आहेत. ते जबाबदारी घेणार आहेत. तो नोकरीही तिथंच बघणार आहे."

"आई-वडील...?"

"ठाऊक नाही." कळवणार आहेच तो. पटलं तर येतील, नाहीतर... अल्ला जाने."

आनंदाबरोबरच डोक्यावर मणामणाचं काळजीचं ओझं ठेऊन स्नेहा निघून गेली. ती रात्र आम्ही दोघांनी जागवली. काय होईल, कसं होईल हीच चिंता. सगळं चांगलं होऊ दे, हीच प्रार्थना करत आम्ही झोपी गेलो.

नासेर सगळी व्यवस्था करायला आधी दिल्लीला पोचला. स्नेहा आठ दिवसांनी जाणार होती. रोज थोडी खरेदी करून आमच्याकडे आणून ठेवत होती. एक कपड्याची बॅग आणि अन्य सामानासाठी दुसरी मोठी बॅग. आम्ही दोघं आळीपाळीनं तिच्याबरोबर फिरत होतो. सामान भरायला मदत करत होतो. विमानतळावर मात्र दोघंही जाणार होतो. माझी रात्र पाळी असल्यानं मी तिच्याबरोबर होतोच. जयंता परस्पर येणार होता.

तोंड धुऊन येऊन ती कपडे बदलत होती. एवढ्यात दारात टॅक्सी थांबली. आई खाली उतरत होत्या. माझ्या तर छातीत धडकीच भरली. आता कुठल्या समर प्रसंगाला तोंड द्यावं लागणार मला कळेना. आई आमच्याशी नेहमीच प्रेमानं वागल्या होत्या. पण आजचा प्रसंग वेगळा होता. आम्ही तिला साथ देत होतो, पण त्यांच्यापासून आम्ही लपवलं होतं. विचारलं तर काय सांगणार? क्षणभरच मी गडबडलो. मग ठरवलं, खोटं सांगायचं नाही, सांगून आता पचणारही नव्हतं. पण कुठचाही प्रसंग आला तरी स्नेहाच्या बाजूनं खंबीरपणे उभं राहायचं.

पायऱ्या चढून त्या वर आल्या.

'स्नेहा इथं आलीय?" फक्त एवढीच विचारणा.

"होय. कपडे बदलतेय." त्या कठड्याला टेकून बाजूला उभ्या राहिल्या. शब्दही न बोलता. मीही गप्पच. एवढ्यात दार उघडलं. "ये आत" स्नेहा मला म्हणाली. तिचं आईकडं लक्ष गेलं मात्र, केवढी तरी दचकली. "आई तू?" एवढचं बोलून ती गप्प उभी राहिली. तिचा चेहरा पांढराफटक पडला होता.

"आत चला. भिंतीला कान असतात." मी आईंना म्हणालो.

दोघी एकमेकींसमोर उभ्या. निश्चल, नि:शब्द.

"तू दिल्लीला चाललीयस. आईला न सांगता. निरोप न घेता. तुला माझा विश्वास वाटला नाही. तुला आई कधी समजलीच नाही..." त्यांनी कष्टानी अश्रू पापणीआड थांबवले होते. रुद्ध आवाजात त्या म्हणाल्या, "निश्चिंत मनानं जा. तू मागितला नाहीस तरी माझा आशीर्वाद आहे. हे ठेव. पैसे आहेत. एक लाख. माझ्याजवळ एवढेच होते. नाही म्हणू नकोस. वेळी उपयोगी पडतील, आज नाही तर उद्या. ठेव—"

स्नेहानं रडत आईला मिठी मारली. मी बाहेर जाऊन उभा राहिलो. मी आईची वेदना समजू शकत होतो.

पाच एक मिनिटांनी आई टॅक्सीत जाऊन बसल्या. टॅक्सी नजरेआड गेली तरी स्नेहा ओंजळीत तोंड धरून रडत होती. मी तिच्या पाठीवर हळू थोपटलं. त्या क्षणी मला वाटून गेलं, दूर जाणाऱ्या कन्येला केलेला हा पित्याचा स्पर्श आहे. माझ्या खांद्यावर डोकं ठेवून ती पुन्हा रडू लागली.

"स्नेहा, आवर स्वत:ला, निघायची वेळ झालीय आणि तसंही आपण इथं थांबणं कदाचित् धोक्याचं ठरेल. मी टॅक्सी घेऊन येतो."

टॅक्सीत आम्ही मुकाट बसलो होतो. विमानतळावर निरोप घेणं भाग होतं. आत शिरताना तिनं हात जोडले. जयंतानं तिच्या मस्तकावर थोपटलं. "आम्हाला विसरू नकोस. कसलीही वेळ आली तरी आम्ही दोघं तुझ्या पाठीशी आहेत. सुखी रहा."

मी बोलूच शकत नव्हतो. फक्त हात जोडून उभा होतो. आम्ही वरच्या गच्चीत गेलो. विमान सुटेपर्यंत आम्ही उभे होतो. विमानानं आकाशात झेप घेतली. काही दिसत नव्हतं. तरीही आम्ही दोघांनी हात उंचावले. कदाचित खिडकीच्या काचेतून बघत तिनंही हात हलवून निरोप घेतला असावा. आम्ही दोघं एकदमच बोलून गेलो-

"शिवास्ते पन्थान: सन्तु!"

❖❖❖

११

प्रिय मित्र[२],

दिल्लीला सुखरूप पोचले. लग्न आटोपलं. ते त्यांच्याच पद्धतीनं झालं. त्याची माँ आणि बब्बाजी आले नव्हते. येतील ही अपेक्षाही नव्हती. बहीण-भाऊ, माँसी, फुफी आणि चाचाजी उपस्थित होते. मला सगळे परके, परकेसे वाटत होते. त्यांच्या डोळ्यांत स्वागत नव्हतं. आयुष्यातली किती महत्त्वाची घटना; पण मिनिटं-तास घेऊन आली आणि निघून गेली. मी थकले होते. शरीरापेक्षा मनानं अधिक. वाटलं, उठावं आणि पळून जावं. जेवणात लक्ष नव्हतंच. रात्री सगळे घरी गेले आणि आम्ही हॉटेलात.

रूम फुलांनी सजवली होती. अत्तराचा फवारा मारला होता. मंद दिवे लावले होते. मध्यभागी झुंबर लखलखत होतं. मी धास्तावले होते. रडायला येत होतं. मी चूक तर नाही केली असंही वाटून गेलं. रात्र अंगावर आल्यासारखी वाटली. आजवर नासेर माझा मित्र होता पण आता तो नवरा.

स्नेहसुधा खानोलकरची आता शबनम नासेर खान झाली होती. काहीतरी वेगळं वाटत होतं, पण ते आनंददायक नव्हतं हे खास. तुम्हा दोघांची खूप आठवण आली. रडंच फुटणार होतं, पण नासेरनं हळूच खांद्यावर हात ठेवला. म्हणाला, ''घाबरलीस? मी आहे ना! आता कुणाला घाबरायचं?'' मग माझा हात हातात घेऊन म्हणाला, ''स्ने, माझ्यासाठी तू तीच आहेस. नाव बदललं ते जगाला दाखवण्यासाठी. विश्वास ठेव, मी जन्मभर तुला जास्तीत जास्त सुख देईन. आता आपल्याला कुणीसुद्धा त्रास देणार नाही. आपण उद्याच्या फ्लाईटनं लंडनला चाललोय.''

''लंडनला?''

''हो. हनिमूनला. आणि पंधरा दिवसांनी मी तिथंच जॉईन होतोय. तिथल्याच

कंपनीत नोकरी धरलीय. त्यासाठीच मी दिल्लीला आधी आलो. तुला थोडं प्लेझंट सरप्राईज.'' आणि मी आनंदानं त्याला मिठी मारली. जगातलं सगळं सुख त्या मिठीत होतं. ती केवळ एका प्रेयसीची मिठी नव्हती. समाधान, विश्वास आणि सुख या जाणिवेनं मी त्याच्या आधीन झाले होते. आता मी एका वेगळ्या जगात प्रवेश केला होता. ते जग आम्हा दोघांचं होतं. मला माझं माणूस मिळालं होतं.

किती आनंदात होते मी! हा आनंद मी फक्त तुम्हा दोघांशी शेअर करू शकते. शक्य होईल तेव्हा आईला कळवा. म्हणावं, तुझी लेक सुखात आहे. काळजी करू नकोस.

आता पुढलं पत्र लंडनहून सवडीनं.

तुम्हा दोघांची,
स्नेहा.

पुढल्या दोन महिन्यांत लंडनहून दोन 'वार्तापत्रं' आली. पहिल्या पत्रांत ती लंडनमय झाली होती. ती दोघं उतरली होती ते हॉटेल, तिथली टापटीप, तिथल्या लोकांची शिस्त, शहरातली सौंदर्यस्थळं वगैरे, ती आनंदाच्या डोहात तृप्त होऊन नहात होती. दर दोन वाक्यांनी. 'नासेर असं म्हणाला'चं पालुपद होतंच. आम्ही दोघंही सुखावलो. आमची प्रिय मैत्रीण सुखात होती. यापरतं आम्हाला आणखी काय हवं होतं?

पहिला पत्ता हॉटेलचा होता. तेव्हा आम्ही उत्तर पाठविण्याचा प्रश्नच नव्हता. तो पत्ता पंधरा दिवसांपुरताच होता. मग ती दोघं एका लँड लेडीकडे पेईंग गेस्ट म्हणून राहिली होती. जागा पाहणं चालू होतं. स्वतःचा फ्लॅट मिळाला की ती पत्ता पाठवणार होती.

दुसऱ्या पत्राची सुरुवातच, 'मैं लंडनसे क्वीन एलिझाबेथ बोल रही हूँ!' अशी होती आणि वर मैं क्वीन शबनम बोल रही हूँ! असं लिहिलं तर तुम्हा सोवळ्या लोकांना चालेल का रे? नाहीच चालणार. तुम्हाला झगेवाली चालते. बुरखेवाली खटकते. काय रे हे?' अशी मल्लिनाथी केली होती. आम्ही दोघंही हसलो. तू सुखात आहेस ना बयो; मग आम्हाला सगळं चालेल. मी स्वतःशीच पुटपुटलो.

मध्यंतरी आई येऊन गेल्या. ती सुखात आहे ऐकून त्यांचे डोळे भरून आले. म्हणाल्या, 'यांच्या नशिबी लेकीचं सुख बघणं नाही.' उदास वाटल्या. पण स्नेहाला हे कळवून दुःखी करणं आम्हाला दोघांनाही मान्य नव्हतं. तसा नासेरच्या बाजूनं सगळा उजेडच होता. कुणी चौकशी करण्याचीही तसदी घेतली नव्हती. परक्या देशात, परक्या लोकांत ती दोघं मात्र एकमेकांना धरून होती. तिच्या नव्या

पत्त्याची आम्ही वाट बघत होतो. आम्हाला तिला खूप काही सांगायचं होतं.

महिना संपत आला तरी तिचं पत्र नाही. का बरं? जयंता म्हणाला, "रमलीय रे ती संसारात. आपल्यासाठी वेळ कुठून काढणार? टाकेल पत्र."

"जागा मिळाली नसावी. नाहीतर ती अशी टाळाटाळ करणारी मुलगी नव्हे आणि आपल्याशिवाय तिला तरी कोण आहे रे जवळच?"

दिवसेंदिवस काळजी वाढतच होती. काय करावं कळत नव्हतं आणि एके दिवशी पहाटे ड्युटीवरून येऊन मी कपडे बदलत होतो एवढ्यात दार वाजलं. "एवढ्या उजाडता कोण अडमडलं? जयंता बघ रे. मी हात-पाय धुऊन येतो." जयंतानं दार उघडलं. "तू-?" तो मोठ्यानं ओरडला. मी दाराकडे धावलो.

दारात स्नेहा उभी होती! केस अस्ताव्यस्त, डोळे खोल गेलेले, गालफडं वर आलेली. ही कुणी वेगळीच होती. स्नेहाचं भूत. आम्ही एक जीवंत प्रेत बघत होतो. "मी... मी..." तिचा तोल गेला. कोसळलीच असती, आम्ही दोघांनी आधार देऊन तिला कॉटवर आणून झोपवली. तिला ग्लानी आली असावी. जराशानं तिनं डोळे उघडले. तिला बसती करून ग्लुकोजचं पाणी दिलं. तेवढ्यात जयंतानं कॉफी करून आणली. कॉफी पिऊन ती थोडी हुशारली. डोळ्यांना आसवांची धार लागली होती. ती जड आवाजात म्हणाली, "मी फार दुर्दैवी आहे रे, फार-"

"एक शब्द बोलू नकोस. आपण सावकाशीनं बोलू. तू आधी बरी हो. आईंना बोलवायचं का?" तिनं मानेनंच नकार दिला. तिला बरंच काही सांगायचं होतं, पण गळल्या थकल्या देहानं ती कलंडली आणि गाढ झोपी गेली.

दार पुढे करून आम्ही बाहेर आलो. "जयंता, काय झालं असेल रे? फसवलं असेल?"

"मला नाही वाटत. त्या दोन पत्रांत आनंदाचा पाऊस होता. बहुतेक त्याच्या आईवडिलांनी त्रास दिला असेल... नाही अंदाज बांधता येत. तिनं कसला तरी जबरदस्त शॉक घेतलाय."

"पण ही अशी एकटीच परत का आली असेल? नासेरनं तिला अशी का पाठवली असेल? की तो कामावर गेला असताना या लोकांनी धाक दाखवून तिला घालवून दिली असेल? तो बिचारा शोधाशोध करत असेल. नाही रे, कुठलाच तर्क लढवता येत नाही." आम्ही आत आलो. ती उठायचा प्रयत्न करत होती. "नको ना उठूस! पडून रहा. अगदी निश्चिंत मनानं. आता तू आपल्या माणसांत आलीयस. तुझ्या घरी. कसलीच काळजी करू नकोस."

दोन दिवसांनी तिच्या निर्जीव डोळ्यांत प्राण आला. मग हळूहळू एकेक

गोष्टी बाहेर पडू लागल्या. जे घडलं ते आता भूतकाळात जमा झालं होतं. पण जखमा ओल्या होत्या. घाव भरून निघायला वाट पाहावी लागणार होती.

...नासेर रोजच्याप्रमाणे ऑफिसला गेला होता. संध्याकाळी परतताना तिच्यासाठी काही खास वस्तू आणायला तो खाली उतरला. तो रस्ता क्रॉस करत असता सिग्नल सुरू झाला. मागून आलेल्या गाडीची जोरदार धडक बसली. तो उंच उडाला आणि फूटपाथवर कोसळला. रक्त आलं नव्हतं, पण जोरदार ब्रेन हॅमरेज झालं होतं. पाचच मिनिटांत ॲम्ब्युलन्सनं त्याला सरकारी इस्पितळात पोचवलं. लगेचच ट्रीटमेंट सुरू झाली. पण उपयोग झाला नाही. त्यातच त्याला मॅसिव्ह अटॅक आला. सगळं संपलं. खिशात घरचा पत्ता, आयकार्ड सगळं मिळालं. तिला ताबडतोब हॉस्पिटलमध्ये बोलावून घेतलं. जवळ लेडी डॉक्टर उभीच होती. स्नेहानं पाहिला तो पांढऱ्या वस्त्रानं आच्छादित अचेतन देह... तिच्या डोक्यावर आभाळच कोसळलं. दातखिळी बसल्यासारखी झाली. भान हरपलेल्या स्थितीत ती बघत राहिली. तिला रडंही फुटत नव्हतं. तिला वाटलं, आपणच मेलोय आणि आपल्या देहाला इथं आणून उभं केलंय, 'मला तेव्हा काय झालं ते कसं सांगू? मी जीवंत कशी राहिले? काही कळत नव्हतं. संवेदना हरवलेल्या अवस्थेत मी त्याच्याकडे पाहात होते. असा निश्चेष्ट झोपलेला, अबोल, चेतना विरहित... मी नाही रे सहन करू शकले. मी भानावर आले, तेव्हा त्याच्या ऑफिसचे सहकारी जमले होते. मग त्यांनी ते सगळं पार पाडलं. तिथल्या पद्धतीनं. त्या लोकांनी माझी परतीचीही व्यवस्था केली.

"माझ्या लहानशा घरात मी माझी चूल-बोळकी मांडली होती. हौसेनं सजवलं होतं घर दोघा-दोघांनी. ते गोळा करून कशाला आणू? वस्तूत काय असतं रे? आपण त्यात प्राण ओततो. आपलेपण रुजवतो. ते संपलं की सगळंच संपलं. मी ते सगळं तिथंच टाकलं. सगळ्या आठवणी पुसून टाकल्या. रिक्त होऊन आले. जाताना इथून एकटीच गेले, येताना तशीच एकटी आले..."

बोलताना ती सतत रडत होती. हुंदके देत होती आणि एकदम थांबली; चावी थांबल्यावर घड्याळ बंद पडावं तशी. आम्ही घाबरलो. तिच्या ओठांना पाण्याचा ग्लास लावला. "स्नेहा, तू एकटी नाहीस, मुळीच नाहीस. तुझ्या सुख-दुःखात आम्ही आहोत आणि नासेरच्या आठवणी आहेत. त्यानं तुला भरभरून प्रेम दिलं. त्या प्रेमाची सोबत आहे. तू का समजतेस तू एकटी आहेस? स्नेहा, ते आठव ग सगळं- तीन महिन्यांचं तुमचं सहजीवन."

तिचे डोळे कुठे तरी अंतराळात लागले होते. त्यात काही दृश्यं उमटत होती. ती ते पाहता पाहता पुन्हा रडू लागली. तिनं रडणं आवश्यक होतं. आमचा

जीव भांड्यात पडला. मी डॉक्टरांना घेऊन आलो. येता येता थोडक्यात सगळी हकिकत सांगितली. त्यांनी तिला काहीच विचारलं नाही. एक इंजेक्शन दिलं. पाचच मिनिटांत ती गाढ झोपी गेली. अशा अवस्थेत तिला ठेवणं धोक्याचं होतं. आम्ही आईंना तातडीनं निरोप पाठवला.

नासेरच्या मित्राला घेऊन त्या आल्या. तो मित्र म्हणजे शेजारच्या बंगल्याच्या मालकाचा मुलगा. तो बाहेरच उभा राहिला. आई आत आल्या. मुली शेजारी कॉटवर टेकल्या. तिनं डोळे उघडले. माय-लेकींनी एकमेकींकडे पाहिलं. शब्दांची गरजच नव्हती. आईनं आपला हात तिच्या मस्तकावर टेकवला. दोघींचे डोळे पाझरत होते. आम्ही बाहेर जाऊन उभे राहिलो. दहा-एक मिनिटांनी आत डोकावलो.

स्नेहा आईला म्हणत होती, ''डॅडींना जाऊन सांग, सगळं तुमच्या मनासारखं झालं. आमचं लग्न संपलं ग! भातुकलीचा खेळ झाला सगळा. त्यांचे शाप लागले.

''असं बोलू नये बाळा. त्यांचं वागणं चुकलं, पण तुझं वाईट व्हावं असं त्यांच्या मनात कधीच येणार नाही. तू शांत हो. सध्या तुला सांभाळणं गरजेचं आहे. तू माझ्याबरोबर''

''मी येणार नाही. बाबांसमोर मला यायचंच नाही.''

''नको ना येऊस. आदित्य आलाय. त्यांच्या एक फ्लॅटमध्ये तुझी व्यवस्था करायला मी सांगितलंय. माझ्या जवळ राहशील. तुझं खाणं, पथ्य-पाणी माझ्या देखरेखीखाली होईल. आदित्य माझ्या संपर्कात राहील. ही मुलं तुझं बघतील की त्यांचे काम धंदे? आणि ते योग्यही नाही. ते भेटायला तिकडे येऊ शकतात. तुला जेव्हा वाटेल तेव्हाच डॅडींच्या कानावर सगळं घालू. सध्या तो विचारही नको. मला आहे ना तुझी काळजी. माझ्यावर विश्वास आहे ना? मग ऊठ कशी. शहाणी माझी बाई ती!'

आईंच्या मृदू बोलण्यानं काम झालं. आम्हीही दोघांनी समजूत घातली. कशी का होईना ती जायला तयार झाली खरी. आदित्यच्या गाडीत जाऊन ती बसली आणि आम्हाला हायसं वाटलं. तिचं पथ्यं-पाणी, हवं-नको इथं कसं सांभाळलं जाणार होतं? शिवाय सध्या तिला एकटं ठेवणं योग्यही नव्हतं. त्या दृष्टीनं ती आईच्या जवळपास असणंच हितकारक. आदित्य नासेरचा जवळचा मित्र. तो तिच्या संपर्कात असणं फार आवश्यक होतं. स्नेहा गेली ते चांगलं झालं खरं, पण आम्ही दोघंही उदास झालो. काय होऊन बसलं! आता ही सावरणार कशी? हसरी, अल्लड, निरागस, भावुक स्नेहा आम्हाला परत मिळणार होती?

❖❖❖

१२

स्नेहा हळूहळू सुधारत होती. आदित्य तिला अधूनमधून भेटायला घेऊन येत होता. पूर्वीइतकी नाही तरी ती बरीच मोकळी होत होती. विशेष म्हणजे आदित्यच्या कामात मदतही करत होती. तिला कामाची गरज होती म्हणून नव्हे, पण तिला व्यग्र ठेवण्याकरता काही ना काही काम मागे लावून देणं आवश्यक होतं. वर्षभरात ती कामात रमून गेली. आदित्यची साथ होतीच.

एके दिवशी मी जयंताला म्हटलं, "स्नेहा इथून गेल्यापासून घर ओकंबोकं वाटतं नाही?"

"होय. ती आजारी होती, कष्टी होती, खचली होती तरीही घर भरल्यासारखं वाटत होतं. मुख्य तर तिच्या असण्यानं घराला घरपण आलं होतं. आता वर्ष होऊन गेलं, पण आपली गाडी काही रुळावर येत नाही."

"होय रे! आपण काय? सोटभाई. मी केव्हातरी उगवणार, तू केव्हातरी येणार. काहीतरी उकडायचं आणि खायचं. घर कसलं; खरं तर धर्मशाळाच. आजवर ते जाणवलं नव्हतं, आता वाटायला लागलंय खरं."

"मी एक सुचवू?" जयंता विचारपूर्वक म्हणाला.

"बोल."

"आपण तुझं लग्न करून टाकू."

"माझं? मग तुझं का नाही? मी साधा कारकून. तू व्याख्याता. तुला विद्यार्थी मान देतात."

"कसला मान? मास्तर म्हणतात मला. हे लग्नासाठी उपयुक्त क्वालिफिकेशन नव्हे. तू सरकारी नोकर आहेस."

"हे बघ जयंता, मी नोकर असो की मालक. हे लग्नाचं झंझाट मला जमायचं नाही. संसार मांडा, जबाबदारी घ्या, बायकोबरोबर फिरायला जा, गोड गोड बोला

ही माझी कामं नव्हेत. मी हा असा दांडगेश्वर, अस्ताव्यस्त, पुस्तकावर जगणारा, लेखनावर, साहित्यावर प्रेम करणारा, मुडी, रागीट, एक घाव की चार तुकडे''-

"अरे बाबा, तुझ्याकडे सगळ्या पदव्या आहेत. तू एकदम पास. असे पुरुष बायकांना आवडतात. त्याला He Man म्हणतात, तेव्हा —''

"तेव्हा नाही आणि आता नाही. तू मला शेंड्या लावू नकोस. लग्न करा आणि ठेवा कुठं? जागेपासून तयारी. संन्याशाच्या लग्नाला शेंडीपासून तयारी म्हणतात ना, त्यातली गत.''

"हे बघ, शेंडी तयार आहे. ही जागा तुझी. तू बायको आण तर खरी, त्या दिवशी मी दुसरीकडे जाईन.''

आमच्या वादाला अर्थ नव्हता. पण योगायोग असा की त्याच दिवशी अचानक आई आल्या. त्यांनी माझ्या लग्नाचा विषय काढला. विशेष म्हणजे, चार दिवसांनी आदित्य स्नेहाला घेऊन आला. त्यानंच लग्नाचा विषय काढला. "आता तुम्ही दोघे चतुर्भुज का नाही होत? हा ब्रह्मचाऱ्याचा संसार किती दिवस?''

"आदित्य, तू आधी लग्नाचा विचार कर, मग आमचं बघू.''

"मी केलाय विचार, पण—''

"पण घोडं कुठं पेंड खातंय?''

"अरे बाबांनो, उभयपक्षी संमती लागते. नुसतं फिफ्टी परसेंट काय कामाचं?''

"म्हणजे तुझं फिफ्टी परसेंटसाठी अडलंय? मग मला सांग. मी जाऊन विचारतो त्या मुलीला.''

"अरे बजरंग बली, दुसऱ्या मुलीला तिसऱ्याकरता विचारण्यापेक्षा तू स्वत:चा का नाही विचार करत?'' जयंता मूळ धागा पकडत म्हणाला. चर्चा अर्धवटच राहिली. आदित्यला साइटवर जायचं होतं. तो मग येऊन स्नेहाला घेऊन जाणार होता.

बरेच दिवसांनी स्नेहा एवढी मोकळी भेटत होती. विशेष म्हणजे, या वातावरणात, आपल्या माणसांत तिच्यात लक्षणीय बदल झाला होता. आदित्य गेल्यावर ती म्हणाली, "मी मुद्दामच मागे राहिले. तुम्हा दोघांशी मला बोलायचंय.''

"बोल. तू आनंदात आहेस ना?''

"होय रे. मी माझ्या कामात, या जवळच्या लोकांत खूप समाधानात आहे. पण-''

"काय? काही मनात ठेवू नकोस. बोल.''

"आदित्यनं परवा विचारलं—''

“कशाबद्दल?” मी काळजीनं विचारलं.

“शुंभ आहेस. कशाबद्दल विचारणार? ज्ञानेश्वरीचं पारायण करू या का विचारत होता. तू या मूर्खाकडे लक्ष देऊ नकोस. बोल ग!”

“दोघंही शांतपणानं ऐका. आदित्यची आणि माझ्या आईचीही इच्छा आहे की आम्ही दोघांनी लग्न करावं. तरुण वयात मी एकटं राहणं, विशेषत: त्या दु:खद अनुभवानंतर तिला योग्य वाटत नाही. केव्हातरी चाळिशीत हा विचार करण्यापेक्षा तो आत्ताच करावा. असं त्या दोघांचं मत. शिवाय नासेर आणि आदित्य जिवलग मित्र होते. त्यामुळे ही अमानत आपण प्रेमानं, विश्वासानं सांभाळू असं तो आईला म्हणाला.”

“तुला काय वाटतं?” जयंतानं गंभीरपणे विचारलं.

“मला? मला कळत नाही रे काही. मी कशी निभावून नेऊ शकेन कोण जाणे.”

“हा निभावण्याचा प्रश्न नाही स्नेहा. ही आयुष्यभराची साथ असते. तू एकटं, एकाकी राहणं आम्हालाही योग्य वाटत नाही. पण काही विचारण्याचा आम्हाला दोघांनाही धीर होत नव्हता.”

“जे झालं ते वाईटच. पण दु:खाला कवटाळून बसणं हा मार्ग नव्हे. यातून वर यायला हवं. तुझ्या पप्पांपर्यंत हे पोचलं का?”

“आई बोललीय. त्यांची हरकत नसावी. ते म्हणाले, ‘ती सुखी होणार असेल तर आपण पुढाकार घेऊ. तिनं असं राहणं योग्य नाहीच.’

“अगदी नि:संदिग्धपणे सांग, तुझी तयारी आहे ना?”

‘...’

“बोल ना!”

“मला वाटतं अजून थोडा काळ जाऊ दे.”

“म्हणजे काय होईल.”

“काय असं नाही रे, माझ्या मनाची तयारी होईल.”

“हे बघ स्नेहा, उद्याच कुणी मुहूर्त बघायला निघालं नाही. तू विचार कर, मनाचाही कौल घे. शक्यतो पॉझिटिव्ह विचार कर. आपल्याला जगायचंय तर ते चांगलंच आयुष्य जगायला हवं. आम्हाला तर आदित्य योग्य वाटतो. तो तुला अनेक वर्षं ओळखतो. शिवाय तुमचे कौटुंबिक स्नेहबंध आहेतच. तू काहीही गैर करत नाहीस. मनावर कुठलंच दडपण ठेवू नकोस.”

हे आणि अशाच पद्धतीचं बोलणं झालं. स्नेहा कॉफी करायला गेली.

तितक्यात आदित्य आला. त्याच्या चेहऱ्यावर प्रश्नचिन्ह होतं. जयंतानं मान हलवून संमती दर्शवली. तो भारावला.

त्या दिवशीची कॉफी अधिकच लज्जतदार वाटली. रात्री मी जयंताला म्हटलं, ''चांगलं झालं नाही रे?''

''खूप. असंच पुढेही चांगलं होवो. सगळ्या जखमा आपोआप भरून येतील.''

आणि मग स्नेहाच्याच पुढाकारानं माझ्यासाठी मुलगी बघणं सुरू झालं. मी आपला तटस्थ. ही नकटीच आहे, ती चपटीच आहे, या मुलीची उंची कमी, तर तिची रुंदी प्रमाणाबाहेर असल्या टीकाटिप्पणी सुरू झाल्या. शेवटी स्नेहानं मला बजावलं, ''तुझं तोंड बंद ठेवशील? मुलगी बघणं म्हणजे काय हेच तुझ्या टाळक्यात शिरत नाही.'' जयंतानं मधेच पुस्ती जोडली, ''अग, याला नेऊच नकोस बरोबर. मला तर वाटतं या गतीनं याच्या साठीपर्यंत लग्न जमलं तरी पुरे.''

''तुला कसली मुलगी हवी रे? नर्गीस हवी की मीनाकुमारी?''

''हे बघ, या दोन मातांबद्दल मी नुसतं ऐकलंय. प्रत्यक्षात अशा दोन स्त्रिया पृथ्वीतलावर आहेत हे मज पामरास ठाऊक नाही.''

''तुला फक्त तारा, मंदोदरी, सीता याच ठाऊक आहेत आणि कलियुगात त्या उपलब्ध नाहीत. कळलं?'' स्नेहा जळफळत म्हणाली.

''हे बघ, त्याला कळलं नाही तरी मला कळलं. आता मुलगी बघू ना, ती आपण दोघं पसंत करू आणि याला बाशिंग बांधून टाकू. एक सांगतो, याला चारी ठाव न कंटाळता खाऊ घालणारी, याच्या कागदांच्या रद्दीआड न येणारी, सहनशील आणि याला साक्षात परमेश्वर मानणारी मुलगी बघ.''

मी हसत होतो आणि ते दोघं मनसोक्त ठरवाठरवी करत होते.

शेवटी एकदाचं माझं लग्न झालं. वाटलं होतं, त्यापूर्वीच जयंताचं होईल, पण गोष्टी विचित्र पद्धतीनं वळण घेत गेल्या. का? असं का घडत गेलं?

श्रीकृष्णाला सामान्य माणसासारखं मरण का आलं? द्रौपदीच्या बाबतीतच वस्त्रहरणासारखी लज्जास्पद घटना का घडली? सीतेसारख्या चारित्र्यसंपन्न देवतेला पतिवियोगाचं दु:ख का सहन करावं लागलं? आणि ऊर्मिलेला विरहाचा शाप का भोगावा लागला?

नियती हा खेळ का करत होती? उत्तर नाही. 'त्यां'ना उत्तर मिळाली नाहीत, तर आपल्यासारख्या सामान्यांना ती कुठून मिळणार? जे घडतं ते पहात राहायचं, बस्स!

जयंता, स्नेहा, मी, जयंताची प्रेयसी हा सगळा उलटसुलट गुंता. एकाच वेळी सगळं गर्दीगर्दीनं डोक्यात उसळतं. विचारांचा धिंगाणा सुरू होतो. मन पिसाटतं. मग डायरीत नोंदी करतो. पुढे-मागे हे सुसूत्र लिहून काढेन. हे-हे जगापुढे यायलाच हवं. सरळ रेषा, समांतर रेषा, एकमेकांना छेद देणाऱ्या रेषा आणि मग...? कशाचाच उलगडा होत नाही.

(इथं पानं कोरी आहेत. ती कोरी जागाच माझ्याशी बोलते आहे. मग मी हे सगळं एका रेषेत आणतेय. सुसूत्र मांडणी करतेय. मला वाटतं, बराचसा मजकूर पहिल्या अटॅकनंतर घाईत नोंदला असावा. पुस्तकाचं डोक्यात शिरलं असावं. नातेसंबंधाचा हा तिढा सोडवत असतानाच नियतीचा विचित्र खेळ मी समजून घेते आहे. आई, जयन्ता मग स्नेहसुधा अशी प्रकरणांची मांडणी केली. ही सगळी नाती एकमेकात गंतलेली. त्यातून त्यांच्या आयुष्याची जडण-घडण, मांडणी, गती आणि मग मोडतोड....)

१३

आता मी अगदीच एकटा झालोय, आई हाकेपलीकडे गेलीय. जयंताचा ठावठिकाणा नाही. स्नेहा दिल्लीवाली झालीय. माझा संसार उजाड झालाय. सोबत राहिलीय ती फक्त पुस्तकांची. अखेरच्या क्षणापर्यंत सोबत राहाणार आहे ती त्यांचीच. एशिॲटिकमध्ये जाणं बंद केलंय. ज्या मातेनं मला भाजणी दळून गरम गरम थालीपिठं करून घातली आणि 'खा मेल्या पोटभर' असं सांगितलं.' तिच्यापुढे कसा जाऊ? त्या 'मेल्या' शब्दातली माया ज्यानं अनुभवलीय त्यालाच कळणार. दुर्गाबाईंनी जर विचारलं, 'का रे, कसा आहेस? असा का दिसतोस?' त्या माऊलीला डोळ्यांकडे बघून पोटातली कळ कळते. खरं सांगता येणार नाही अन् खोटं बोलू शकणारे नाही.

आमच्या घरापासून अर्ध्या मैलावर एक वाचनालय आहे. लहानसंच पण संदर्भ विभाग संपन्न आहे. अभ्यासासाठी दोन खोल्या राखून ठेवल्यायत. मी केव्हाही गेलो, तरी ग्रंथपाल तत्परतेनं पुढे येतात. 'कुठलं पुस्तक हवंय? पाच मिनिटांत आणून देतो' म्हणत म्हातारबाबा स्वत: उठतात. त्यांना चांगलं वाचणाऱ्यांची कदर आहे. मी मनोमन ठरवलं, वेळ आहे, महिन्याभराची रजा घेतलीय. काहीतरी लक्षणीय काम करावं. वेळेचा सदुपयोग आणि मनाचा आनंद.

त्याचं असं झालं, कुसुमाग्रजांचं, 'मेघदूत'चं भाषांतर वाचत होतो. त्यांनी नुसतं भाषांतर केलं नाही तर त्या काव्याच्या आत्म्याची स्पंदनं शब्दरूप केली आहेत. वाचताना माझे तासचे तास हरवून गेले. मनात आलं, अशी श्रेष्ठ प्रतिभा आपल्याला लाभली नाही, पण रूपवान शब्दकळा तर निश्चित अवगत आहे! आपण का नाही कालिदास मराठीत आणू? आनंदाचे काही क्षण तरी हाती गवसतील.

'कुमारसंभवम्' आणि एक दोनशे पानी वही सोबत घेऊन मी वाचनालयात

गेलो. म्हातारबुवा उठून उभे राहिले, 'या' - जसा काही मी त्यांच्या घरीच आलो होतो. ''काही नवा प्रकल्प हाती घेतलेला दिसतो.''

''डोक्यात कल्पना आहे. प्रत्यक्षात काय होतंय पाहायचं.''

''काय विचार आहे?''

''कालिदास मराठीत काव्यरूपात आणायचा म्हणतोय.''

''उत्तम. तुमच्यासाठी खोली राखून ठेवतो. तब्येतीनं लेखन करा. अहो आम्हाला अभिमान वाटतो तुमचा गाववाले.'' मी हसलो.

अभ्यासिकेत जाऊन बसलो. एकटाच असल्यानं आरामात बसून पुस्तक उघडलं. स्वतःशीच गुणगुणत वाचू लागलो—

'अस्त्युत्तरस्यां दिशि देवतात्मा हिमालयो नाम नगाधिराज: ।
पूर्वापरौ तोयनिधी वगाह्य स्थित: पृथिव्या इव मानदण्ड: ॥१॥'

पहिल्या सर्गातला पहिला श्लोक. हिमालयाची भव्योदात्तता सांगणारा. त्याचं थोरपण मनावर ठसवणारा. त्याला पृथ्वीचा मानदंड म्हटलं आहे.

भाषांतर करायचं विसरून झपाटल्यासारखा वाचतच गेलो. दुपार टळली तशी ग्रंथपालकाकांनी इडली आणि कॉफी पाठवली. मला पोट आहे याची आठवण त्यांना झाली. मी तर 'कुमारसंभवम्' खात होतो, पीत होतो, जगत होतो. अक्षरशः!

आठवा सर्ग वाचू लागलो आणि थक्क झालो. परिपूर्ण शृंगार, पण भडक नव्हे, उथळ तर नव्हेच नव्हे. सौंदर्याला संयमाची किनार. प्रकृती आणि पुरुष यांच्या कामक्रीडेतलं लावण्य व्यक्त करताना अभिरुचीचं भान सुटलेलं नाही. मी आनंदित होत होतो, प्रमुदित मनानं गाभ्यापर्यंत पोचत होतो आणि अगदी दु:खार्णवातही बुडून जात होतो. मिनिटं, तास यांचं मोजमाप नव्हतं.

केव्हातरी म्हातारबाबांनी जागवलं. ''उठायचं का? रात्रीचे दहा वाजले.'' मी हडबडलो. वाचण्याच्या नादात देहधर्महीं विसरलो.

''चुकलो. उद्या नाही असा त्रास देणार.''

''त्रास? तुमची वाचन-समाधी बघून तृप्त झालो. पण आम्ही नियमाला बांधील. रात्री दहापुढे दिवे जाळायचे नाहीत. याचा अर्थ? वाचनालय बंद करायचे.' नाक्यावर आमची फारकत झाली. ते घराकडे वळले. मी स्टेशनवर गेलो. चार आण्यांची शेंगदाण्याची पुडी घेऊन चबरत बसलो. घर नावाच्या आडोशाला जाण्यात रस नव्हता. वाचलेलं रिचवत होतो. पुन: पुन्हा ती शब्दकळा आठवत होतो. वर्णनातलं निरीक्षण आणि मांडणीतलं कौशल्य मनात घोळवत होतो. हे काम पूर्ण करायचंच. केवळ भाषांतर नाही, तर कालिदासाचं काव्यभान, जीवनव्यापी

सौंदर्यदृष्टी रसिकांपर्यंत पोचवायची.

एवढ्यात कुणीसं हाकारलं, "लेखक, अहो आहात कुठं? एवढ्या रात्री स्टेशनवर? काहीतरी नवं जन्माला घालताय—"

"तसं खास काही नाही—"

"तरी?"

"कालिदास मराठीत आणतोय. पहिलं "कुमारसंभवम्" हाती घेतलंय."

"अरे वा, वा! कुणासाठी करताय?"

"स्वत:साठी. स्वत:च्या आनंदासाठी."

"पाठवून द्या."

"कुठं?"

"कुठं काय? 'नवशक्ति'त छापून टाकू."

"हे एवढं? अहो, वर्षानुवर्षं चालणारं हे काम."

"मी छापेन. आमचा अंक मध्यमवर्गीयांचा. घरोघरी कालिदास पोचेल. देताय?" संपादकांनी वचन मागितलं.

"देतो. निश्चित देतो."

"तीन सर्ग झाले की पाठवायचे. हाताशी दोन सर्ग हवेत. आगाऊ. प्रॉमिस?" मी मान हलवून संमती दिली.

आज कितीतरी दिवसांनी मी एवढा प्रसन्न होतो.

एकटा नव्हतोच आता; हातात 'कुमारसंभवम्' आणि मनात चांदणं.

❖❖❖

१४

दर रविवारच्या आवृत्तीत 'कुमारसंभवम्'चे दोन सर्ग प्रसिद्ध होऊ लागले आणि त्याला रसिकांचा भरघोस प्रतिसाद मिळू लागला. संपादक खूष होते. मलाही अधूनमधून पत्रं यायची. आज आलेलं पत्र लक्षणीय होतं, कारण ते एका संस्कृत प्राध्यापिकेचं, पंडितेचं होतं. तिनं लिहिलं होतं, 'कुमारसंभवम्' मराठीत आणि तेही काव्यरूपात येतंय ही केवढी स्वागतार्ह गोष्ट आहे! आपली भाषा प्रासादिक आणि सरल, सुंदर आहे. मुख्य म्हणजे आपण शब्दाला शब्द ठेवलेला नाही तर मूळ संस्कृतातलं लालित्य मराठीत तेवढ्याच ताकदीनं आणलं आहे. संस्कृत व मराठी या दोन्ही भाषांवरील आपलं प्रभुत्व जाणवतं. अभिनंदन!'

पत्त्यावर नाव होतं,

यशोधरा हुदलीकर,
संस्कृत विभाग प्रमुख.

मी वायुवेगानं संपादकांच्या कार्यालयात गेलो. पत्र दाखवलं. ते खूप खूष झाले. म्हणाले, 'लेखक, आता तुमच्या नावाला वजन आलं. लेट्स सेलेब्रेट.' कॉफी पिऊन आम्ही आनंद साजरा केला. लेखन छापून येत होतं आणि आमचा पत्रव्यवहार वाढत होता. वर्षभरात आमचा पत्रव्यवहार एकमेकांना समजून घेण्याइतपत झाला. माझ्या मनाला तो मोठा दिलासा होता. ती प्रौढ कुमारिका होती. घरचे पाश तसे नव्हतेच. तिला एक बहीण होती ती बाहेरगावी राहत होती. त्या दोघी कौटुंबिक आपत्तीमुळे महाराष्ट्र सोडून दूर गेल्या होत्या. स्वत:च्या हिमतीवर शिक्षण पूर्ण करून तिथंच स्थायिक झाल्या होत्या. संस्कृतच्या गाढ्या व्यासंगामुळे, शिकवण्याच्या हातोटीमुळे आणि धवल चारित्र्यामुळे तिच्या नावाचा दबदबा होता. यशोधरा हुदलीकर या नावाला माझ्याही आयुष्यात महत्त्व प्राप्त होत होतं. तिचा कौलही तोच असावा, पण आम्ही दोघं स्पष्ट होत नव्हतो. एकदम निष्कर्षाप्रत येणं कितपत

योग्य; हा विचार निदान मला तरी अस्वस्थ करत होता. तिलाही तसंच वाटत असावं. काही वाटतच नसतं तर एवढा पत्रव्यवहार झालाच नसता.

आणि एक दिवस अचानक तिचं खाजगी पत्र आलं. आजवरची पत्रं तशी लेखन, वाचन यांना धरून होती. मग ओळख वाढवण्यासाठी एकमेकांची माहिती. पण आजच्या पत्रावरून ती मुंबईला येत असल्याचं कळलं. आता खरी कसोटी. संस्कृतचा अभ्यास, अन्य वाचन, सांस्कृतिक चळवळी हे विषय पत्रासाठी ठीक होते, पण आता प्रत्यक्ष भेटीतून काय निष्पन्न होणार होतं? आम्ही काही वेगळं बोलणार होतो? मला बघितल्यावर तिचं मत काय होईल? तशीही ती प्राध्यापिका होती. संस्कृत पंडिता. मी आता प्रथम श्रेणीचा (सीनिअर क्लार्क) कारकून होतो. सरकारी ऑफिसचा पगार, म्हणजे तशी माझी बाजू लंगडीच होती. अशी तरुण मुलासारखी हुरहुर लागावी याचं मलाच आश्चर्य वाटत होतं. तिनं लिहिलं होतं—

'संस्कृत भाषेला भविष्य आहे काय?' या विषयावर सेमिनार होणार आहे. त्यात माझा सहभाग आहे. आपण तिथं आलात तर बरं होईल. प्रत्यक्ष परिचय होईल. काही महत्त्वाचं बोलता येईल.' मी अर्थातच मान्य केलं. गेलो.

भारतीय विद्या भवनला स्वत:चं असं एक व्यक्तिमत्त्व आहे, प्रतिष्ठा आहे. तिथल्या प्रशस्त हॉलमध्ये जमलेली मंडळी हे नुसते श्रोते नव्हते, जाणकार होते. पंडित होते. त्यांच्या उपस्थितीनं तो हॉल कसा भारदस्त वाटत होता. बरोबर साडेपाच वाजता मंडळी स्थानापन्न झाली. सरस्वती स्तवनानंतर शाल-पुष्पगुच्छ देऊन अभ्यागतांचं स्वागत झालं आणि लगेचच सेमिनारला सुरवात झाली. यशोधराबाई अध्यक्ष असल्यानं मला लगेचच खूणगाठ पटली. श्रोते मोजके असले, तरी त्या मला ओळखणं कठीण. माझ्या एकूणच असण्यात गबाळेपणा किंवा वेंधळेपणा हेच वैशिष्ट्य होतं. हेच वेगळेपण त्यांच्या नजरेत भरलं तर? त्यांनी एक नजर श्रोत्यांवर टाकली आणि लगेचच विषयावर लक्ष केंद्रित केलं.

विषय गंभीर होता आणि वक्ते पट्टीचे होते. त्यामुळे एकूणच चर्चा मनोवेधक वाटत होती. बाईंनी अध्यक्षीय समारोपात, 'संस्कृतला उज्ज्वल भवितव्य आहे, निश्चित आहे—' या बाजूनं विचार मांडले आणि विशेष म्हणजे ते संस्कृतात मांडले. त्यांचं बोलणं अस्खलित होतंच शिवाय ते गाढ्या व्यासंगातून आलं होतं. त्यांचं भाषण ऐकणं हा एक आनंदानुभव होता. मी फार सुखावलो. गेले वर्षभर मी ज्या स्त्रीबरोबर पत्रानं संवाद साधला होता ती केवळ बुद्धिमती नव्हती. तर समंजस आणि समतोल विचारांची होती. माझ्या बाजूनं सर्व होकारच होते. त्यांचं मन आणि मत समजणं आवश्यक होतं.

सेमिनार आटोपला. सर्वांचा निरोप घेऊन त्या दाराशी आल्या. किंचित् थबकल्या. मी वाट पाहत उभा होतोच. "नमस्कार" त्या हसून म्हणाल्या.

"अभिनंदन! फार छान बोललात" त्या फक्त हसल्या.

"आपण बोलणार आहोत-"

"होय."

"समुद्रावर जाऊ या? म्हणजे निवांत बसता-बोलता येईल. गर्दी असेल, पण त्रासदायक वाटणार नाही." त्यांनी संमती दर्शवली.

गर्दीपासून थोडे दूर, पण वाळूतच बसणं आम्ही पसंत केलं. आता बोलणं खरं अवघड होतं. एकमेकांना न पाहता पत्रांतून बोलणं तसं कठीण नव्हतं; पण प्रत्यक्षात दोघं एकमेकांना पटलो, का हा प्रश्न होता. सुरुवात कशी आणि कुठून करावी, हेही ठरवणं सोपं नव्हतं. या बाबतीत स्त्रिया अधिक संकोची असतात म्हणून मीच सुरुवात केली- "थोडं खाजगी, व्यक्तिगत बोलतोय. पटलं नाही तर सोडून द्या. गेले वर्षभर आपण पत्रांतून बोलतो आहोत. आपली मतं पटतात की नाही हे सहवासानंतरच कळेल, पण वैचारिक पातळीत तशी तफावत नाही... बोलू ना?" तिनं हसून संमती दर्शवली. मला धीर आला. म्हणालो, "साधेपणानं राहणं आणि आहे त्यात समाधानानं जगणं आपणा दोघांनाही मान्य आहे. या वयात शारीरिक आकर्षणाचा भाग फार थोडा असतो, पण नगण्य नव्हे. त्या दृष्टीनं आपण आज प्रथमच एकमेकांना पाहतो आहोत. तसा मी रानदांडगा, अव्यवस्थित. एवढी वर्षं संसार करूनही व्यवहारात शून्य. पत्नीवर जीवापलीकडे प्रेम करेन पण माझ्या व्यक्तित्वावर आक्रमण केलेलं खपवून घेणार नाही. मी हा असा-" ती पटकन म्हणाली, "He Man!" मी हसलो. मी जो काही असा ऐसपैस आहे तसा तिला स्वीकारार्ह वाटलो. तिची मान खालीच होती. पण ती स्थिर स्वरात म्हणाली, "पुढचा काय विचार केलाय?"

"राजीनामा देऊन टाकेन. म्हणजे ऐच्छिक सेवानिवृत्ती. मुंबईत माझं असं काही नाही. हे लग्न हा एक सार्वजनिक चर्चेचा आणि टीकेचा विषय असेल. यातून उभयतांना मनस्तापच होईल. मी तुझ्या गावी येईन. (मी प्रथमच तिला एकेरी संबोधत होतो, कारण आमच्या नात्याचं स्वरूप आता स्पष्ट झालं होतं.) तू हे वादळ कसं झेलणार आहेस याचा अंदाज घे. तुला शक्य असेल तरच नोकरी चालू ठेव, नाहीतर राजीनामा देऊन मोकळी हो. तुला अजून सेवानिवृत्तीला बराच अवधी आहे."

"मी विचार केलाय. कॉलेजची माणसं -प्राचार्यांसह माझ्या बाजूनं आहेत.

लग्न रजिस्टर साध्या पद्धतीनंच करू. आपण घर मांडल्यावर एकदा सर्वांना जेवायला बोलावू. घरीच. तुमचा परिचय होईल. आपण दोघं मिळून काही नवा प्रकल्प हाती घेऊ. पण मी विचारलेला प्रश्न हा नव्हता. मला म्हणायचं होतं, मुलांचा, बाईंचा तुम्ही काय विचार केलाय? आपल्या या निर्णयामुळे मुलं भरडली जाऊ नयेत. थोडा बहुत परिणाम सर्वांवरच होणार हे नि:संशय. पण किमान आर्थिक झळ त्यांना पोचता कामा नये.''

''किती चांगला विचार करतेस! नाव सार्थ करणारी आहेस- यशोधरा! आपल्या दोघांची मती एकाच दिशेनं विचार करते. मी असं ठरवलंय की पूर्ण प्रॉव्हिडंट फंड तिच्या आणि मुलांच्या नावे करायचा. तिनं वेगळा विचार केला, तर— ते धैर्य तिच्यात नाही, तरीही मी त्याचे तीन भाग करणार आहे. शिवाय मुलांचे विम्याचे पैसे त्यांच्या वयाच्या पंचविशीत त्यांना मिळणार आहेत. पुढच्या आयुष्याच्या दृष्टीनं ते फार गरजेचं आहे. माझं पेन्शन मीठ-भाकरी पुरतं आहे.''

''माझ्या पगारात आमटी-भातपण परवडेल. आता तुमचं -माझं असं वेगळं काही नाहीच.'' मी तिचं बोलणं तृप्तीनं ऐकत होतो. मघाची ती एक विदुषी होती. जिभेवर सरस्वती नाचत होती. आताची ती एक शालीन, कुलवंत भारतीय स्त्री होती. मला माझ्याच भाग्याचा हेवा वाटला. एका नव्या पर्वात मी पाऊल टाकत होतो. या क्षणाला सगळं दु:ख, वेदना, एकाकीपण धुऊन निघालं. आतूनच जाणवलं, ही वाट शुभंकर आहे.

या अनुभवानं मी आनंदीत झालो खरा, पण इथलं सर्व गुंडाळताना तीव्र वेदनांनी झाकोळून गेलो. मला स्वत:चंच आश्चर्य वाटत होतं. अरे, काल-परवापर्यंत मी सर्वस्वी 'तिचा' होतो. पण ज्याक्षणी ती दुसऱ्या कुणाची आहे हे जाणवलं, त्या क्षणी शरीरानंच नव्हे तर मनानंही मी अलिप्त झालो. एका घटनेनं सर्व अर्थ, सर्व संदर्भ बदलले. ज्या स्त्रीवर मी जीवापाड प्रेम केलं होतं, जिच्या सुख-दु:खांत वाटेकरी होतो त्या स्त्रीला एका क्षणात मी झिडकारून मोकळा झालो होतो.

ही माझी तत्त्वनिष्ठा की 'स्व' वरच प्रेम? तर मग जीवापाड या शब्दाला अर्थ तो काय राहिला? जे कसली अपेक्षा करत नाही ते खरं प्रेम ना? मग ती दुसऱ्याची झाली, दुरावली तरी मी प्रेम करायला हवं होतं का? याचाच अर्थ मी फक्त माझ्यावर प्रेम करतो. मला सुखावणाऱ्या, माझा गौरव करणाऱ्या, माझ्यासाठीच असणाऱ्या व्यक्तीवर मी प्रेम करू शकतो. याचा निष्कर्ष हाच, प्रेम स्वार्थी असतं,

ताबा मागणारं असतं, स्वयंकेंद्रित असतं. म्हणजे पुन्हा राजा आणि गुलाम हेच नातं, हेच सत्य!

नाही, नाही. मी अनिती सहन करू शकत नाही. धवल चारित्र्य आणि निष्ठा मी मानतो. म्हणून प्रभू रामचंद्र हे माझे आदर्श आहेत.

अरे, काय चाललंय काय? माझा डोक्याचा भुगा झालाय. कुणीतरी वाचवा हो मला! माझं हरवलेलं सुख यशोधरेच्या रूपानं मला गवसलंय. त्यावर कुठल्याच दुष्ट विचारांची सावली नको. तिच्या मंगलमय सहवासात मला आयुष्याची नवी पहाट पाहायची आहे.

१५

एक मोठं वादळ मागे ठेवून मी मुंबई सोडली. अर्थात हे वादळ नात्यांत, घरांत, परिचितांत. साहित्यिकांचा अनुभव आनंददायी होता. रविवारच्या बैठकीत मी थोडक्यात माझी भूमिका स्पष्ट केली. विवाहविच्छेद, आर्थिक व्यवस्था, स्थलांतर, पुनर्विवाह या बाबी विस्तारानं मांडल्या. त्या मांडणं आवश्यक होतं. कारण मी आता लेखक म्हणून ओळखला जात होतो. मान्यवरांच्या बैठकीतला झाला होतो. राज्य पुरस्कारानं थोडी प्रतिष्ठाही गाठी मारली होती. माझं चारित्र्य निष्कलंक होतं आणि वागणं नेक. संस्कृत साहित्याचा जाणकार म्हणूनही माझ्या नावाला वजन होतं. 'सत्यकथा', 'मौजे'चा मी लेखक नव्हतो, त्या पसंतीलाही नव्हतो, पण माझे संपादक-प्रकाशक मला मानत होते. माझ्या विश्वात मी सुखी होतो.

माझ्या संसाराचं चित्रही आनंददायी आहे हे सर्वांना माहीत होतं. माझ्या प्रिय पत्नीचा उल्लेख माझ्या आत्मपर लेखनातून अनेकदा आला होता. तो गौरवानं आणि आत्मीयतेनंच केला गेला होता. गेल्या काही दिवसांत माझं विस्कटलेपण त्या सर्वांनीच टिपलं होतं. पण त्या सुजनांनी कोणत्याच शब्दांनी प्रश्नचिन्हं उभी केली नव्हती की चौकशा करून मनस्ताप दिला नव्हता. हे मी ऋण मानत होतो. त्यामुळेच मी तिच्या बदनामीचा उल्लेख पूर्ण टाळून, होणाऱ्या बदलांचा आणि प्राप्त परिस्थितीचा वृत्तांत त्यांच्या कानावर घातला.

सगळेच गप्प होते. अंतर्मुख. फार काही बिघडलंय आणि तरीही मी स्थिर आहे, विचारानंच हे निर्णय घेतले असणार हा त्यांना विश्वास होता.

काही वेळ कुणीच काही प्रतिक्रिया व्यक्त केली नाही. मग सर्वांतर्फे एकानं सांगितलं, 'हे सगळं अनपेक्षित आहे. पण तुम्ही विचाराअंती हे निर्णय घेतले असतील. आम्ही सगळे तुमच्या पाठीशी आहोत, कोणत्याही परिस्थितीत. दूर जाताहात, पण लोभ ठेवा. साहित्यातून भेटत राहूच. शुभेच्छा!'

त्या शुभेच्छा होत्या. मनापासून दिलेल्या; तरीही त्या मागचा गहिवर जाणवला. आम्ही लवकरच बैठक आवरती घेतली. एक-दोघा सुहृदांच्या लेखी साक्षीनं पुढील सर्व व्यवस्था तिच्या कानी घातली. मुलं मोठी नव्हती, पण जाणत्या वयाची होती. त्यांना नीट समजावून सांगितलं. 'ती' सारखी रडतच होती. मुलांच्या लेखी 'आई' हा प्रेमाचा आणि सहानुभूतीचा विषय होता; त्यामुळे बाबा हा कठोर, स्वार्थी वृत्तीचा ठरला. मी तो समज पुसून काढला नाही. नातं बिघडलं होतं ते आम्हा दोघांचं. त्याची झळ मुलांना लागू नये. त्यांच्या मनातल्या आईच्या प्रतिमेला मला डागाळू द्यायचं नव्हतं. नाहीतरी मी सर्वसंग परित्याग करून चाललो होतो. पुढील सर्व गोष्टी कोर्टात कायद्यानंच वकिलांच्या मध्यस्थीनं झाल्या. आम्ही विभक्त झालो. वीस वर्षांच्या सहजीवनाला पूर्णविराम मिळाला.

मी येत असल्याचं यशोधराला कळवलं होतं. तरी मी हॉटेलात उतरलो. त्या आधी हे सगळं विश्वासानं कळवावं असं एकच माझं माणूस होतं. स्नेहा! आज-काल ती दुर्लभ झाली होती. संसारात आकंठ बुडाली होती. कधीतरी तिचं एखादं पत्र भिरभिरत यायचं. खूप मोठं दु:ख भोगून आता कुठं सुखाचे दिवस बघत होती. त्यात माझ्या दु:खाचे विष-बिंदू टाकून तिच्या सुखाला ग्रहण का लावू? पण आता लपवणं शक्य नव्हतं. मी दुसऱ्या लग्नाच्या निर्णयाप्रत का आलो हे तिला कळणं फार अगत्याचं होतं. आम्ही एकमेकांचे सहृद् होतो. अशा गोष्टी लपवणं ही प्रतारणा ठरली असती. त्यातून गैरसमज होणं अगदी शक्य होतं आणि स्नेहाचा गैरसमज मला परवडणारा नव्हता. सविस्तर लिहून मला स्वत:ला दु:खी करायचं नव्हतं. मी एवढंच कळवलं, 'फार काही घडून गेलंय; खूप दु:खप्रद आणि असह्य. कधीतरी सविस्तर सवडीनं बोलू. तूर्तास एवढंच सांगतोय, मी घर सोडलंय, मुंबई सोडलीय. दुसरं लग्न करतोय. दचकू नकोस, हा तडकाफडकी घेतलेला निर्णय नाही. या लग्नाला तुम्ही उभतांनी यावं कारण या जगात माझं म्हणावं असं आणखी कुणी नाही. तू समजू शकशील. प्लीज ये.'

विशेष म्हणजे ती दोघंही आली. आदले दिवशी चकार शब्दांनी त्यांनी विचारणा केली नाही. माझ्या हातात तिनं भरगच्च पाकीट दिलंच, पण यशोधरेसाठी साडी आणि बिल्वर आणले होते. घरातल्या वडीलधाऱ्या बाईप्रमाणं ती जबाबदारीनं, हक्कानं आणि प्रेमानं करत होती. अगदी हळद लावण्यापासून. शेवटी मी म्हणालोच, ''हे काय वेड्यासारखं चालवलंयस तू?''

''वेड्यासारखं नाही, शहाण्यासारखं. तू 'अनुभवी' आहेस, पण ती कोरी आहे. तिला जराही जाणवू देऊ नकोस की तू अलिप्तपणे वागतोस. जे होणार आहे

ते आनंदानं होऊ दे. बाईच्या लेखी या गोष्टींना फार अर्थ असतो रे! राहून गेलं असं तिला वाटता कामा नये. आणि उद्याची रात्र... तिचा पहिलाच अनुभव. खूप खूप जपून वाग. हा एक दिवस, आयुष्याचं दान देऊन जातो. नाहीतर...! रांगोळीवर पाय पडून चालत नाही; ती डोळ्यांत साठवायची असते. कळलं ना तुला?'' मी हसलो. किती शहाण्यासारखं बोलत होती ती! मला धीर येत होता. आपण एकटे नाही, आपलं कुणी हक्काचं, प्रेमाचं आहे, हा विश्वास केवढं तरी बळ देऊन गेला.

त्या दोघांनी कितीतरी गोष्टी तेवढ्या घाईत ठरवल्या. टॅक्सी बुक् केली. ती फुलांनी सजवून आणली. दोघांसाठी फुलांचे हार, आलेल्या मंडळींसाठी पेढे, एक ना दोन. बारीकसारीक गोष्टी आठवणीनं आखून, नीटपणे पार पाडल्या. यशोधरेलाही या हक्काच्या मैत्रिणीचं अप्रूप वाटलं. लग्न झाल्यावर ती म्हणालीदेखील, 'स्नेहाताई, किती प्रेमानं केलंत सगळं! बरं झालं, त्यांची माणसं आली. चारचौघांत ते शोभून दिसलंच, पण त्यांना केवढं समाधान मिळालं. तुम्हा दोघांमुळे आमचं घर लग्नघर वाटलं. बाकी सगळं खरीदता येतं, प्रेमाचं माणूस मात्र असावं लागतं; ते बाजारात मिळत नाही.' त्या थोड्याशा काळात त्या दोघींचं छान जमून गेलं, हीही जमेची बाजू. त्या रात्रीच ती दोघं विमानानं दिल्लीला गेली. मी म्हणालो, ''किती घाईत चाललीयस. राहायचं ना दोन दिवस.''

''कशाला? तुला अजिबात अक्कल नाही म्हणते ते उगाच नाही. आता गाव गोळा करू नका. हे काही दिवस तुमच्या दोघांचेच असू देत. यशोधरा, तू शहाणा कर बाई याला. हा असाच गावरान आहे.'' त्यावर यशोधरा लाजली; अगदी वीस वर्षांच्या मुलीसारखी.

आता रात्रीनं आम्हाला घेरलं. किती हवासा वाटणारा पण अवघड क्षण. ती कुमारिका होती. धवल चारित्र्याची, अनाघ्रात, पंचेचाळिशीची. पण वयाचा प्रश्न नव्हता. नवथरपणा, हुरहुर, उत्सुकता, भीती तीच! मी प्रौढ, जाणता, दोन मुलांचा बाप, कदाचित् म्हणूनच तिला हाताळणं कठीण. अपराधाची पुसटतीही भावना माझ्या मनात नव्हती, पण हा दुसरा डाव मला अधिक अवघड वाटत होता. या वयात मनं कोवळी नसतात, मतं आग्रही असतात, आवडी शरीर-मनाला लपेटलेल्या असतात, म्हणूनच दुसऱ्याशी एकरूप होणं कठीण, अगदी पहिल्या वेळेपेक्षा.

तरीही आमच्या संस्कृत वाङ्मयानं आम्हाला तारलं. शाकुंतल आमच्या नसानसांत भिनलं होतं. 'कुमारसंभव' तर आता ताजं मनात घोळत होतं. अनुभव, प्रसंग सगळे वेगळ्या पातळीवरचे पण मनोमीलनातली उत्कंठा तीच. मी हळुवारपणे विचारलं, ''कुमारसंभवम्' खूप आवडलं?''

"हुं!''

"का ग?''

"मला नाही ठाऊक...''

"आठवा सर्ग खूप आवडला?''

"तुम्हीच त्याचं मराठीकरण केलंत ना?''

"हो. तू होतीस ना मनात.''

"चला''- या उद्गारानं सगळाच संकोच निवळला. त्यावेळचा तिचा विभ्रम मला उत्तेजित करून गेला. मी जसा काही प्रथमच सगळा अनुभव नव्यानं घेत होतो.

ती रात्र आमची होती. आम्ही प्रथमच चंद्रकिरणात नहात होतो. चांदण्यालाही सुगंध असतो हे प्रथमच अनुभवत होतो. या एकरूपतेत वय आड आलं नाही. जन्मजन्मांतरीचं नातं जोडणारी ती रात्र पहिल्यांदाच एवढी ज्योतिष्मति वाटत होती. खरंच, आपल्या माणसाबरोबर जगणं किती सुंदर असतं नाही? मला माझं माणूस मिळालं होतं. मी नव्यानं जन्म घेतला होता.

१६

आम्ही दोघं पोर वयातले नव्हतो आणि अल्लडही नव्हतो. आमच्या शृंगाराला विवेकाची किनार होती. एकमेकांना समजून घेणं आणि एकमेकांत समरस होणं हा त्याचा गाभा होता. यशोधरा चतुर तर होतीच, गृहिणी म्हणूनही कुशल होती. स्वयंपाकात अडकून पडणं तिच्या वृत्तीत नव्हतं आणि मला ते आवडलंही नसतं. ती शाङ्करभाष्यात गढली होती आणि मी कालिदासात रमलो होतो. रजा संपून ती कॉलेजात रुजू झाली आणि प्राचार्यांनी आम्हा दोघांना चहापानाचं आमंत्रण दिलं. आम्ही कॉलेजवर पोचलो तेव्हा हॉल छान सजवला होता. विशेष म्हणजे बोर्डवर 'सुस्वागतम्' लिहून आमचं अभिनंदन केलं होतं. व्यासपीठावर प्राचार्यांसमवेत आम्ही दोघं विराजमान झालो. एक-दोन गौरवाची भाषणं, मग पुष्पगुच्छ देऊन अभिनंदन झालं. प्राचार्य बोलायला उठले-

"आज एकत्र येण्याचा हेतू केवळ चहापान हा नव्हे. स्वागत हा त्यातला एक भाग, पण या दोघांच्या एकत्र येण्यानं आपल्या महाविद्यालयाचा काही फायदा व्हावा हा स्वार्थी हेतू मनात ठेवूनच मी हा घाट घातला. मॅडमच्या मार्गदर्शनाखाली संस्कृत विद्वत्सभा तर साहेबांच्या मागदर्शनाखाली मराठी वाङ्मय मंडळ स्थापन व्हावं अशी आम्हा सर्वांची इच्छा आहे. (सर्वांनी जोरदार टाळ्या वाजवून या कल्पनेचं स्वागत केलं.) या दोन्ही उपक्रमांत गावातल्या पंडितांना, वाङ्मयप्रेमींना सहभागी करून घेऊन, त्यांच्या चर्चा, व्याख्यानं यांचा विद्यार्थ्यांना फार मोठा लाभ उठवता येईल. आपल्या लहान गावात भाषिक चळवळ सुरू करता येईल. नव्या पुस्तकांवर जाणकारांचे विचार ऐकायला मिळतील. एक सुसंस्कृत वातावरण नव्या पिढीसाठी आपण तयार करू शकू." नारळ वाढवून या उपक्रमाचा श्रीकार गिरवला गेला.

माझ्या आयुष्यात हे काहीतरी नव्यानं घडत होतं. मी कुणी आहे आणि काही करू शकतो याचा विश्वास निर्माण झाला. यशोधरेसारखी सुविद्य सहचारिणी

लाभल्यानं माझ्या जगण्याला एक अर्थपूर्ण आशय प्राप्त झाला. आम्ही दोघांनी आत्मविश्वासानं कामाला सुरुवात केली. महाराष्ट्रातून विद्वानांचं येणं घडू लागलं. कॉलेजचं सांस्कृतिक जीवन समृद्ध होऊ लागलं. पाहुणे मुक्कामाला आमच्याच घरी येत असल्यानं घरातही अनेक विषयांवर चर्चा होऊ लागल्या. आजवर ज्या गोष्टीचा मी भुकेला होतो ती आता सहजसाध्य झाली. कारकुनीत घालवलेली एवढी वर्षं, इतर अनेक दुःखद घटनांबरोबर भूतकाळात गाडली गेली.

आता आम्ही दोघं मिळून संस्कृतातलं विविध विषयांतलं ज्ञान भांडार मराठीत आणत होतो. प्राचार्यांनी ते ग्रंथरूपात प्रसिद्ध करण्याचं वचन दिलं. 'आपण फंड्स उभे करू. तुम्ही कामाला लागा' असा आम्हाला शब्द दिला. पुढल्या दहा वर्षांत काय काय करायचं याची आम्ही आखणी केली. भास्कराचार्यांचा 'निरुक्त' हा भाषाशास्त्रावरचा आद्य ग्रंथ मानला जातो. विद्यार्थ्यांच्या सोयीकरता त्याच्या दोनच अध्यायांची भाषांतरं केली गेली आहेत. आम्ही बाराही अध्यायांचं भाषांतर करण्याचं निश्चित केलं. ज्ञान घेणारी प्रत्येक व्यक्ती ही विद्यार्थीच असते. त्यामुळे आमचंही काम पुढच्या पिढीला नक्कीच मार्गदर्शक ठरेल हा आम्हाला विश्वास. शिवाय हे ज्ञान कपाटात कागद पिवळे होईपर्यंत पडून राहाणार नव्हतं. ग्रंथरूपानं ते प्रकाशित करण्याचं प्राचार्यांनी मान्य केलं होतं.

पुढली दहा वर्षं कशी पापणीच्या उघड-झापेत गेली. ज्ञानसागरातली ही डूब आम्हाला वेगळ्या जगात घेऊन गेली. या दहा वर्षांत आम्ही किती विविध प्रकारची कामं केली. व्याख्यानमाला सुरू केली. अनेक चर्चासत्रं घेतली. विद्यार्थ्यांचा सहभाग असलेल्या मराठी, संस्कृत वाद-वक्तृत्व स्पर्धा घेतल्या. कॉलेजचं सांस्कृतिक विश्व समृद्ध, संपन्न केल्याच्या समाधानानं आम्ही त्यातून बाजूला झालो. नव्या पिढीच्या हातात सूत्रं सोपवली. पण सेवानिवृत्त होण्याआधी एक अनपेक्षित घटना घडली. त्यामुळे आमच्या जगण्याला एक वेगळाच अर्थ प्राप्त झाला. ज्यामुळे स्त्रीजीवनाची परिपूर्ती होते ते मातृत्व तिला यदृच्छेनं लाभलं. त्याचं असं झालं;

एके दिवस कॉलेजमधून येताना ती एका तरुण मुलीला घेऊन आली. म्हणाली, ''मी आपल्या मुलीला घेऊन आलेय. यापुढे ती आपल्या बरोबर राहील.'' मी पुस्तकातून मान उचलून तिच्याकडे पाहिलं. ती गर्भवती होती. गांजलेली, पिडलेली, मायेसाठी हपापलेली, आधार शोधणारी, आम्हाला अपत्यवत वाटेल अशी. सुसंस्कृत. मला चौकशी करण्याची आवश्यकता वाटली नाही. एकतर माझा यशोधरेवर विश्वास होता आणि दुसरं असं, की चौकशी करण्याची माझी वृत्ती नव्हती.

तिच्या येण्यानं आम्हा दोघांना काम करायला अधिक सवड मिळाली.

आजवर आमचं घर सुखी, समाधानी होतं; आता त्या घराला तरुण-स्पर्श मिळाला. घर उत्साहानं भरून निघालं. ती मला काका म्हणायची आणि हिला मावशी. आम्हाला एक हक्काचं नातं मिळालं. ती मुलगीही उत्साही होती. आल्या आल्या तिनं घर ताब्यात घेतलं. घर टापटीप ठेवणं, आमचं हवं-नको बघणं, हे ती आत्मीयतेनं करू लागली. नातं आपोआप जोडलं गेलं.

हॉस्पिटलमध्ये तिचं नाव नोंदणं, वेळच्या वेळी तपासण्या करून घेणं, तिच्यासाठी टॉनिक्स, फळं नियमानं आणणं, ही जबाबदारी यशोधरेनं आनंदानं सांभाळली. काहीही कष्ट न घेता आम्हाला एक सुशील, सद्‌गुणी कन्या मिळाली होती. लवकरच या घरात पाळणा हलणार होता. आम्ही आजी-आजोबा होणार होतो. तृप्त जीवनाचं हे किती सुंदर चित्र होतं!

मी सहजच विचारलं, "हिचे कुणी आई-वडील, नातलग?"

"तिचे बाबा तुम्ही आणि आई मी. या जगात तिचं असे कुणी नाहीत. आज जे बाळ जन्माला येईल त्याची ती आई. ते बाळ हा आपल्यातला खरा दुवा. तशी माझ्या माहेरच्या नात्यातली आहे, पण आता आपणच तिचे सर्व काही."

"तर मग हे अधांतरी जगणं नको. तिलाही निर्धास्त वाटायला हवं."

"म्हणजे मला कळलं नाही."

"थोडं स्पष्ट बोलतो. तिला आपल्याखेरीज अन्य कुणीही नाही?"

"नाही."

"आपल्याला आता मूल होण्याचा प्रश्न नाही?"

"असं काय विचारताय? तो प्रश्नच कुठं येतो?"

"येतो. पुढे मागे कुणीतरी तिचा मामा, काका मधेच येऊन उभा राहू नये. त्याचप्रमाणे कुणीतरी एक मुलगी अचानक उपटली आणि घरात हक्कानं राहू लागली असंही लोकांना वाटू नये. आपण घाबरण्याचा प्रश्न नाही. जननिंदेचा त्रास तिला अधिक होईल, कारण ती तरुण आहे, निराधार आहे, शिवाय गर्भवती. या सगळ्या नात्याला एक कायदेशीर चौकट हवी. पटतंय का? विचार कर."

"तुम्ही म्हणता ते खरंय. हे माझ्या डोक्यातच आलं नाही बघा."

"पण एक लक्षात घे, राजे-महाराजे यांचं दत्तकविधान होतं ते किंवा मालमत्तेत एकापेक्षा अधिक भागीदार होतात. तेव्हाचं दत्तकविधान वेगळं, अधिक गुंतागुंतीचं. इथं तो प्रश्न नाही. परिमला निराधार आहे. तिला कुणीही नाही अशा मुलीची जबाबदारी हा बोजा असतो. यात कुणाचा फायदा नाही. आपण स्वखुषीनं तिला स्वीकारतो आहोत. तेव्हा कसलाच गुंता नाही. फक्त हे कायदेशीर होऊ दे.

वकील, विटनेस यांच्या साक्षीनं. आपण पोलीस इन्स्पेक्टरनाही बोलावू.''

''अगबाई, म्हणजे लचांडच झालं की.''

''चुकतेस तू. असं केलं नाही तर लचांड होऊ शकतं. आपण नियमानं वागू या.''

''ठीक.''

आणि दोनच दिवसांनी सर्व मंडळी एकत्र जमली. ॲड. कुलकर्णींना सर्व कळवलं होतंच. ते स्टॅम्प पेपर घेऊन आले. ड्राफ्ट तयार होता. त्यावर सर्व संबंधितांच्या सह्या झाल्या.

तरी परिमला म्हणालीच, ''काका, या सगळ्याची गरज का वाटली?''

''गरज आहे बाळा. आपला एकमेकांवर विश्वास आहे. जगानं तो का ठेवावा? शिवाय एखादा अडेलतट्टू दुर्दैवानं उपटलाच तर हे कायद्याचं कवच आहे. जगात हरतऱ्हेची माणसं असतात. तू स्वेच्छेनं या घरी आलीस आणि आम्ही केवळ प्रेमापोटी तुला जवळ केली त्याचा हा पुरावा. तू वाईट वाटून घेऊ नकोस.''

त्याच सुमारास मुंबईच्या काही बातम्या कळल्या. माझ्या नावावर अनेक अफवा प्रसारित झाल्या होत्या—

मी म्हणे परधर्मीय स्त्रीशी लग्नं केलं होतं. बायकोला फसवून पळून गेलो. धर्मांतर केलं आणि दुसऱ्या तरुण मुलीशी लग्नं केलं. ही अफवा कुणी पसरवली? का? याचा शोध घेण्यात अर्थ नव्हता. सर्व गोष्टी कायद्यानं झाल्या होत्या. माझी पत्नी परधर्मातली नव्हती. मी सर्वांची नीट व्यवस्था लावूनच घराला रामराम ठोकला होता. धर्म बदलण्याचा प्रश्नच उद्भवला नाही. कुणाच्या सुपीक डोक्यातून कितीही गलिच्छ विचार बाहेर पडले तरी मी जराही हललो नाही. सद्सद्विवेकबुद्धीला साक्षी ठेवून मी वागलो होतो. दुसरी एक वदंता अशी की, मी बायकोला प्रचंड छळलं. त्या छळाला कंटाळून तिनं घटस्फोट मागितला. मुलांनी आईची बाजू उचलून धरली वगैरे.

ऐकून थोडा ताप झाला, पण मी अधिक विचार केला नाही. मुख्य प्रश्न होता यशोधरेचा. ती म्हणाली, ''रस्त्यावर कुत्री भुंकतात. आपण त्यांच्या मागे लागतो का? दुर्लक्ष करून चालत राहतो. कुणी चावण्याचा प्रयत्न केला तर मात्र बडगा दाखविल्याशिवाय गत्यंतर नसतं. तुमच्याविषयी माझ्या मनात जराही किंतु नाही.'' मी समाधानानं निंदकांचं पान उलटलं. ते ज्याची निंदा करत होते तो मी नव्हतोच.

❖❖❖

१७

आजच हॉस्पिटलमधून परतलो. डॉक्टरांनी धोक्याचा इशारा दिला होता. हा पहिलाच अटॅक होता. पण तो अचानक आला नव्हता. गेल्या दहा वर्षांतल्या अपार कष्टांचा तो परिपाक होता. व्यायाम, फिरायला जाणं, ठरावीक वेळी खाणं यापैकी कुठलाच नियम मी पाळला नव्हता. वय पुढे जात होतं. तसतसा भार कमी करण्याऐवजी, आता मला वेगानं कामं उरकली पाहिजेत ही जाणीव अधिक कामाकडे ओढ घेत होती. रात्रंदिवस केलेले कष्ट फलद्रूप होत आहेत हे समाधान मानसिक होतं. शरीराकडे मी पूर्ण दुर्लक्ष केलं होतं आणि एका अपरात्री अस्वस्थ वाटू लागलं. म्हणजे नेमकं काय होतंय हे मला सांगताही येत नव्हतं. धावाधाव करून सर्वांनी मला हॉस्पिटलला पोचवलं खरं, पण यशोधरेच्या तोंडचं पाणी पळालं होतं.

आता सगळी पुस्तकं, लेखन साहित्य, फाईल्स नजरेआड गेली होती. फक्त विश्रांती. संध्याकाळचा एक जवळचा फेरफटका, औषधं, नियमित आहार वगैरे. या विश्रांतीला मी कंटाळलो होतो. मी यशोधरेला बोललोदेखील, ‘ दुखणेकऱ्यासारखं मला किती दिवस या स्थितीत ठेवणारायस.’

“हे बघा, कामं कधीच संपत नसतात. करू तितकी कमीच. डॉक्टर काय म्हणाले ठाऊकाय ना? बायपासची वेळ यायला नको असेल तर सांभाळा. इतकं सांगितल्यावर जपायला नको?”

यशोधरा कामावर रुजू होईपर्यंत मी तिच्या नजरेच्या धाकात होतो. आता मी पूर्ववत बरा झालो होतो. अशी विश्रांती घेऊ लागलो तर निश्चितच दुबळा होऊन निरुपयोगी होईन, असं वाटू लागलं आणि तसाही या निष्क्रिय जगण्याला अर्थ नव्हता. दिवस-रात्रीची पानं उलटत राहायचं. मला सालोमन ग्रंडी व्हायचं नव्हतं. बॉर्न ऑन संडे आणि डाईड ऑन सॅटरडे. मधले दिवस उगवले आणि मावळले.

गवता ऐंसे उदंड जगणाऱ्यांची कुणी नोंद घेत नाही. वृक्षा ऐंसे जगावे. पानं, फुलं, फळं देऊन जगणं कारणी लावावं. काही नाही तर दमल्याभागल्या पांथस्थाला सावली द्यावी. मग कधी कडकडाट करून कोसळलो तर काय बिघडलं? मी हळूहळू कामाला सुरुवात केली.

पण ते सुख फार काळ लाभणारं नव्हतं. पाठोपाठ दुसरा अटॅक आला. तिसरा तर हॉस्पिटलमध्ये असतानाच आला. हे सगळं प्रचंड वेगानं घडलं. आता माझं मरण डोळ्यांपुढे दिसत होतं. वजन वाढलं होतं ते कमी होण्याची शक्यता नव्हती. मीही जगण्याला कंटाळलो होतो. यशोधरेनं आता व्हॉलंटरी घेतली. डोळ्यांत प्राण एकवटून ती माझी शुश्रूषा करत होती आणि तेच मला नको वाटत होतं.

एक दिवस मी तिला म्हणालो, "आपल्या कुलकर्णी वकिलांना बोलावून घेशील?"

"कशाला? त्यांची काही गरज नाही. आजकाल माणसं सहज नव्वदी गाठतात. माझ्या म्हणण्यानुसार वागाल तर तुम्हाला काहीही होणार नाही."

"मी कुठं म्हणतो काही होणार म्हणून? माझा शतकोत्सव आपण थाटात पार पाडू. तुला पैठणी घेऊ, मला"-

"तुम्ही गप्प बसता की मी उठून जाऊ?"

"उठून जा आणि त्या वकिलांना बोलावून आण. का मीच जाऊ?"

"तुमच्या हट्टीपणाला काही उपायच नाही. जा बोलावून आणा. इथं अर्ध्या मैलावर तर घर आहे." यशोधरा तणतणतच बाहेर पडली.

संध्याकाळी कुलकर्णी आले. "या वकीलसाहेब" मी स्वागत केलं. "आता कशी काय आठवण काढलीत?"

"आठवण अशासाठी, माझी सत्तरी झाली. मनात आलं आता इच्छापत्र करून टाकावं."

"योग्य. अगदी घाई म्हणून नव्हे, पण साधारण या वयात इच्छापत्र करतात."

"मला जे वाटतं ते मी बोलतो. आपण टिपून घ्या. मग आपल्या कायदेशीर भाषेत ते तयार करा."

"हो. तसंच करू." तेवढ्यात चहा आला. चहा घेऊन वकीलसाहेब खुर्ची ओढून बसले. त्यांची नोंदवही, पेन सज्ज होतंच.

"ही जागा यशोधरेच्या नावे करायची आहे. त्यातल्या अर्ध्या भागात तिनं

राहावं. आमची कन्या परिमला हिला सोबतीसाठी आवश्यक वाटल्यास ठेवावी. तसे झाल्यास मला निश्चिंत वाटेल. तिला अन्य कुणाची सोबत हवी असल्यास तो विचार करायला ती स्वतंत्र आहे. राहिलेल्या अर्ध्या भागात तिनं संस्कृत साहित्य सभेचं कार्यालय सुरू करावं. सध्या त्यांच्या महाविद्यालयाच्या एका वर्गात हे काम चालतं. इथं ते काम सुरू झाल्यास कुणावर अवलंबून राहण्याचं कारण उरणार नाही. स्वत:च्या अधिकारात ती कायम ते काम करू शकेल, वा अन्य कुणाची नेमणूक करू शकेल. या योजनेमुळे ही वास्तू कायम जागती राहील. ज्ञानार्जनाच्या या कार्यामुळे या वास्तूला एक महत्त्व प्राप्त होईल. माझी जंगम इस्टेट - पैसे, शेअर्स वगैरे यांत दोन भाग करावेत. एक भाग यशोधरेच्या नावे होईल आणि दुसरा, आमची कन्या परिमला आणि नातू जगदीश्वर यांच्या नावे होईल.''

''इथल्या चीज-वस्तू, सोने-चांदी-दागिने?''

''ते सारं यशोधरेच आहे, तिचंच राहील. त्यावर माझा हक्क नाही.''

''ठीक. आठ दिवसांत करून आणतो. सोबत एका डॉक्टरांना घेऊन येतो. विटनेस म्हणून कुणा हितचिंतकांना बोलावून ठेवा. त्या दोघांच्या सह्या लागतील.''

''ठीक.'' मी थोडाबहुत निश्चिंत झालो. एकदा स्टॅम्प पेपरवर सह्या झाल्या की मरायला मोकळा होणार होतो.

''झालं मनासारखं?'' आत प्रवेश करत यशोधरेनं प्रश्न केला.

''हो.''

''तर मग आता काय करताय? कुठला ग्रंथ उघडून खुणा करत बसलाहात?''

''लेखकांची यादी बघतोय. मला हवा तसा लेखक-''

''आता काय हे नवीन खूळ? तुम्हाला स्वस्थ बसवतच नाही का?''

''आणि तुला कटकट केल्याखेरीज शांत राहवत नाही का? हेच काय करताय आणि तेच काय बघताय? गेल्या जन्मी काय सी.आय.डी. ऑफिसर होतीस की काय?''

''गेल्या जन्मी कशाला? याच जन्मी आहे. द्या इकडे तो ग्रंथ. मी शोधते नावं?''

''अग पण मला कोण आणि का हवंय हे तुला कसं कळणार?''

''सांगा म्हणजे कळेल. कृपा करून आता कुठलंही डोकं शिणवणारं काम काढू नका. मला सांगाल का तुम्हाला नेमकं कोण हवंय ते?''

''तेच शोधतोय.''

''म्हणजे?''

"म्हणजे मला समजून घेणारा, माझ्या जीवनातल्या घटनांना, प्रसंगांना योग्य न्याय देणारा, त्यांचं भांडवल न करणारा, सत्त्वशील असा लेखक हवाय."

"तुम्ही आत्मचरित्र तर लिहिण्याच्या विचारात नाही?"

"नाही, कारण मी माझा न्यायाधीश होऊ शकत नाही. अति भावुक होऊन चालणार नाही. दुःखावेगात मी कुणावर कदाचित् कठोर प्रहार करेन ते व्हायला नको."

"जरा स्पष्ट बोलाल? हे तुमचं आत्मपर लेखन असेल? मग तुम्हाला लेखनिक हवाय का?"

"नाही बयो, मला लेखकच हवाय. माझ्या या डायऱ्या मी त्या व्यक्तीच्या स्वाधीन करेन. त्यातला केंद्रबिंदू हलता कामा नये. ज्या घटनांचा माझ्या आयुष्यावर विपरित परिणाम झालाय. त्यात तसूभरही बदल होता कामा नये. बाकी वेगळ्या घटना, व्यक्तिरेखा, प्रसंग नव्यानं घालता येतील. ती कादंबरी असेल म्हणजे लेखकाच्या कल्पनेला पूर्ण वाव असेल. शिवाय कायद्याची अडचण उद्भवता कामा नये. या सर्व अडथळ्यांना पार करून, कशाचंही भांडवल न करता हे लेखन केलं पाहिजे."

"यातून काय मिळणार?"

"मानसिक समाधान. वाचकांनाच माझा न्यायाधीश होऊ दे. माझ्या जीवनातलं नैतिक अधिष्ठान मी कधीही ढळू दिलं नाही. खोटा वागलो नाही. माझ्याबद्दल वावड्या उठवणाऱ्या खलपुरुषांना आणि माझ्यावर प्रेम करणाऱ्यांना माझे भोग आणि माझं सत्त्व कळलं पाहिजे. मी पराभूत नाही आणि संकटं बघून पळून जाणाराही नाही. मी माझ्या भूमिकेशी ठाम आहे, सत्याला धरून आहे हे माझ्यावर चिखलफेक करणाऱ्यांनाही कळू दे."

"हे सगळं सांगण्याचं मानसिक, शारीरिक बळ तुमच्यात आहे?"

"तो श्रीराम मला देईल. माझ्या आयुष्यातलं हे अखेरचं काम असेल. तू त्या आड येऊ नकोस. आलेल्या पाहुण्याचं प्रेमानं स्वागत कर. मुक्काम आपल्याच घरी असेल. आणि हो, मी बोलत असता तू इथं थांबू नयेस. माझ्या आयुष्याची सगळीच पानं तुझ्या हाती द्यायची आहेत; पण ती लेखी स्वरूपात. आपला परिचय झाला तेव्हा तू म्हणाली होतीस, 'तुमच्या भूतकाळाशी मला काहीही करायचं नाही. माझा तुमच्यावर विश्वास आहे. तुम्ही जे आणि जसे आहात तसे मी स्वीकारते आहे.' तुझ्या विश्वासाला मी तडा जाऊ देणार नाही."

"तुम्ही एकदम गप्प बसा बघू. किती बोललात! श्रम झाले तुम्हाला घाम

फुटलाय. तुम्ही म्हणाल ते सगळं मान्य, पण आता शांत पडून रहा. हे लेखन व्हायला हवंय ना? मग ते बोलायची, सांगायची ताकद तुम्ही वाया घालवू नका.'' मला झोपायला लावून ती बाहेर निघून गेली. दार बंद केलं.

शेवटी एकदाचं नाव नक्की झालं. लेखिकेशी पत्रव्यवहार सुरू झाला. आम्ही दोघांनी तिला पाहिलं नव्हतं, तिनं आम्हाला पाहिलं नव्हतं. तिचं लेखन माझ्या नजरेसमोर होतं. 'गाभाऱ्यातली माणसं' लिहिणारी सत्त्वशील लेखिका - गिरिजा कीर! आम्ही तिची वाट पाहात होतो-

आणि शेवटी -

आज कांदबरी पूर्ण झाली. अनेक दिवस, महिने, वर्षं डोक्यात घोळणारं काही मनासारखं शब्दांत उतरलं की एकदम मोकळं मोकळं वाटतं. एक प्रकारचं समाधान. पण आज तसं वाटत नाहीय. एखादं कथानक डोक्यात घोळत असतं तेव्हा मी आतून पिंजून निघत असते. कल्पनेच्या पातळीवर मी, ती -ती भूमिका जगत असते, स्वत:ला शिणवत असते. त्या चक्राकार गतीतून जेव्हा बाहेर पडते तेव्हा मी मुक्त होते. केवढी सुखावते तेव्हा!

आता या क्षणी मात्र विचारांनी घेरलंय. त्या डायऱ्या वाचून त्यातून एक सलग कथानक उभं करताना, त्याची वीण घट्ट करताना मी पूर्ण विस्कटले होते. ज्यांनी डायऱ्या दिल्या ते गृहस्थ डोळ्यांपुढे येत होते. समोर मृत्यू दिसत असता त्यांनी माझ्याकडून वचन घेतलं. का? हा संबंधितांबद्दल सूडाचा तर प्रवास नव्हे? नसावा. तर मग हे जीवन जगापुढे यावं असं त्यांना का वाटलं? आपलं निष्कलंक चारित्र्य जगापुढे ठेवावं म्हणून? त्यानं काय होणाराय? आता सगळा इतिहास संपलाय.

आपल्या जीवनाचं पुस्तक जगापुढे ठेवून काय उपयोग? जग कधीच न्यायाधीश होत नाही. ते फक्त टीकाकाराच्या भूमिकेतून विचार करतं. जो या जगातच नाही त्याच्यावर कुणी टीका केली काय किंवा कुणी फुलं उधळली काय, सारखंच. पण त्या नसलेल्या माणसाविषयी आता मी तरी का अस्वस्थ व्हावं?

दुसरं असं की साधल्यांनी हे पुस्तक त्यांना अर्पण करावं अशी विनंती केली. का? साधल्यांनी त्या गृहस्थांना पाहिलंही नव्हतं. कथानक ऐकून त्यांनी एवढं विचलित का व्हावं? कारण नसताना ही दोन्ही माणसं माझ्या मनात गुंता निर्माण करून गेली. बरं; आता लिहून झाल्यावर त्यांना विचारावं, तर दोघंही हयात नाहीत.

मी दोघांच्याही वचनातून आज मोकळी झालेय. कादंबरी लिहून त्या सद्‌गृहस्थांना दिलेल्या शब्दांतून मोकळी झाले आणि अर्पणपत्रिका लिहून साधलेजींच्या वचनातून मोकळी होत आहे-

❖❖❖

'हा जय नावाचा इतिहास' लिहून
साहित्य जगतात आपल्या नावाला
प्रतिष्ठा प्राप्त करून देणाऱ्या श्री. आनंद साधले
यांना ही कांदबरी आदरपूर्वक अर्पण...

– गिरिजा कीर

आत्मा अमर असतो हे गृहिततत्त्व मान्य केलं तर त्या दोघांच्याही
आत्म्याला नक्कीच समाधान मिळेल.

कादंबरी पूर्ण झाल्यानंतर-

कादंबरी पूर्ण झाली. वाचकांपर्यंत पोचली. पण कवित्व मागे राहिलंय याची लवकरच प्रचीती आली. अंक हातात फडकवतच एक दिवस एक बाई दारात उभ्या राहिल्या. त्यांच्या हातातला अंक आणि एकूण अभिनिवेश बघून माझ्या मनाचा ठोका चुकला. काहीतरी बिघडलंय. या कोण? का आल्या असतील? येण्याची सूचना दिलेली नव्हती.

कदाचित् कुठल्याही क्षणी काहीही घडू शकणार होतं. बेलवर हात असा काही आपटला होता की घंटेचा नाद घरभर घुमला होता. खरं तर तिनं घंटी वाजवली नव्हतीच, ती उचलून माझ्या डोक्यावर फेकली होती जशी काही. अंदाज घेत मी विचारलं, "आपण?"

'मी तुझी सासू'. मला बाजूला ढकलत तिनं आत प्रवेश केला. तिच्या वयाला हे शोभणारं नव्हतं आणि देहाला पेलवणारही नव्हतं.

"हे हे जे काही लिहिलंत ना" - माझ्या डोक्यात लाख लाख दिवे पेटले. ही बाई त्या माणसाची बायको असावी नक्कीच. मी बळ एकवटलं. आपण जे लिहितो त्याच उत्तरदायित्व आपल्याकडेच असतं.

मी पूर्ण जबाबदारीनं कादंबरी लिहिली होती. अशा चरित्रात्मक कादंबऱ्यांच्या बाबतीत खूपच सावधानता बाळगावी लागते. या कादंबरीच्या बाबतीत काही घडू शकेल हा कयास होता. प्रत्यक्षात बाई शिक्षित असेल कदाचित्, सुसंस्कृतपण वाटत नव्हती.

हीही शक्यता होती की खाजगी जीवनातल्या या नाजूक गोष्टी अशा सार्वजनिक स्वरूपात प्रकट झाल्यानं तिचा तोल गेला असेल. तसं असेल तर तिला दोष देण्यात अर्थ नव्हता. खरं तर जे झालं ते होण्यापूर्वी तिनं तोल सावरायला हवा होता. आता मला स्वत:ला सांभाळायला हवं होतं अन् तिला सावरायला. जे होऊ घातलं होतं ते

घडल्यावर मला एक नवा विषय मिळणार होता. वार झेलावे लागणार होते, वळ उठणारच होते. पण कालांतरानं हे 'घडणं' मला काही देऊन जाणार होतं.

"मी सरिता. मुद्दाम फोन न करता आले. फोन केला असता तर तुम्ही मला नक्कीच टाळलं असतं. तुम्हा लेखकांना दुसऱ्याच्या आयुष्यातल्या गोष्टी चिवडायला आवडतात. आपण अलिप्त राहायचं आणि सनसनाटी लिहून मोकळं व्हायचं. तुमचं काय जातं हो? अब्रू आमची जाते"

अब्रू! नको तो शब्द तिनं वापरला होता.

"तुम्ही आधी शांत व्हा".

"कशी होऊ? आग लागलीय माझ्या घराला. तो सांगून मोकळा झाला, तुम्ही लिहून नामानिराळ्या. जळतं ते आमचं." मी पाण्याचा ग्लास त्यांच्यासमोर धरला. "तुम्हाला खूप बोलायचंय. ऐकायची माझी तयारी आहे. खरं तर मी तुमची वाट पहात होते बसा. पाणी प्या. तुमच्यासाठी माझ्याकडे भरपूर वेळ आहे. मी विनंती करते, आपण बसून घ्या." जिने चढून आल्यानं ती दमली होती. मानसिक ताण होताच. ती झपाझप पाणी प्याली. संतापली तर होतीच ती, पण भांडायला, माझ्यावर दोषारोप करायला तिच्याजवळ शब्द नव्हते. जे घडलं होतं ते सत्य होतं. मी ते का जगापुढे आणलं याचा जाब विचारायला ती आली असावी.

तिला विचार करायला थोडा अवधी मिळावा म्हणून मी म्हटलं, "आपण भरपूर बोलणार आहोत. शांतपणे विचार करणार आहोत. मी कुठंही तुमच्या नावाचा, कुटुंबाचा, स्थळाचा उल्लेख केलेला नाही. जे घडलं त्याचा तुमच्याशी संबंध आहे असं तुम्हाला वाटलं, किंवा ती स्त्री तुम्हीच आहात असं जाणवलं म्हणून तुम्ही आलात; आणि कुणी आलं नाही. तेव्हा आपण स्पष्ट आणि खरं तेच बोलू या. माझ्यावर चिडणं, त्रागा करणं हे त्याचं उत्तर नाही. आधी सांगा, तुम्हाला चहा-कॉफी-सरबत काय घ्यायला आवडेल?"

"भांडायला आवडेल". मी हसले.

"मी भांडणात निष्णात नाही आणि तशीही ती कला मला अवगत नाही. तुम्ही बोला, मी ऐकेन; अगदी मनापासून. हां, तुम्हाला समाधान वाटेल अशी उत्तरं नक्की देईन. पण तुम्ही एवढ्या तयारीनं आला आहात तर आधी आपण काहीतरी घेऊ. म्हणजे तुम्हालाही बोलायला जरा जोर येईल, नाही का?"

ती प्रथमच किंचित् हसली. चेहऱ्यावरचा ताणही थोडा निवळला. "कॉफी चालेल" ती आपणहून म्हणाली.

"मी आलेच पाच मिनिटांत कॉफी घेऊन"

तिच्यासमोर एक-दोन वृत्तपत्रं ठेवून मी आत वळले. ही बाई फारशी शिकलेली नाही. तेव्हा तिचं बोलणं थोडं कठोर किंवा रांगडं असणारच. त्यातून मी घेतलेल्या तिच्या नवऱ्याच्या मुलाखतीतून त्यांचं खाजगी जीवन जगासमोर आलं होतं. मी त्याच्यावर कादंबरी लिहिली. सर्व नावं बदलली तरी पोचणाऱ्यांपर्यंत ती पोचली होती. धूळ उडाली होती त्याची वावटळ होणं अशक्य नव्हतं. आता तर ती प्रत्यक्ष माझ्यापुढे येऊन थडकली होती. नाका-डोळ्यांत धूळ शिरणार होती. मीही थोडी भिरभिरणार होतेच; तरीही मला तोल सांभाळावा लागणार होता. जेव्हा आपण व्यक्तिगत जीवनातले प्रश्न, एक सामाजिक समस्या म्हणून हाती घेतो तेव्हा त्याची जबाबदारी आपल्याला घ्यावी लागतेच. ते सर्व विचारपूर्वक सांभाळावं लागतं.

कॉफी घेऊन ती थोडी हुशारली. सारखी होत म्हणाली, ''आपण बोलू या?'' मी मानेनंच संमती दिली.

एक दीर्घ श्वास घेऊन तिनं सुरुवात केली - ''तर तुम्ही माझ्या नवऱ्यावर - म्हणजे एका पुरुषाच्या जीवनावर कादंबरी लिहिलीत.''

''एका पुरुषाच्या व्यथेला मी वाचा फोडली. ही एका माणसाची व्यथा नाही हे एक सामाजिक दुखणं आहे. ते आजकाल उग्र स्वरूप धारण करतंय. एरवी हा प्रश्न स्त्रीच्या बाबतीत उद्भवतो. इथं तो पुरुषाच्या बाबतीत आहे; म्हणूनच मला त्याची निकड अधिक वाटली.''

''इथंही स्त्रीची काही बाजू असू शकते हे तुम्हाला मान्य होईल का?''

''होईल. प्रत्येक विषयाला अनेक बाजू असतात आणि त्यांचा विचार व्हायलाच हवा. मी लेखिका असल्यानं तुमची बाजू नक्कीच सहानुभूतीनं ऐकून घेईन.''

''मला तुमची सहानुभूती नकोय हो. या कोरड्या सहानुभूतीचा मला काय उपयोग? तुम्ही माझा प्रश्न सोडवणार आहात?''

''अहो, लेखक म्हणजे न्यायाधीश नव्हे आणि कुणाचा प्रश्न कुणीही सोडवू शकत नाही. ज्याचा प्रश्न त्यानंच सोडवायचा असतो. तरीही तुम्ही तुमची बाजू सांगायला माझ्याचकडे आलात. खरं ना? तर एक विनंती करते, जे मांडायचंय, सांगायचंय ते शांतपणे सांगा. मी मनापासून ऐकेन. मी तुमची शत्रू नव्हे हा विश्वास ठेवा.''

तिचं थोडं बहुत समाधान झालं असावं. तिची भांडणाची भूमिका किंचित् बदलली असावी.

''आता मी माझी बाजू मांडते. पटते का बघा. भारतीय संस्कृती वगैरे जड शब्द किंवा संकल्पना मध्ये आणू नका. मी सरळ, साधी संसारी बाई आहे. तरीही

हे घडून गेलं. सविस्तर सांगते.

"बोला." मी शांतपणे म्हणाले. तिला निरखू लागले. मनात आलं, हिचीही काही बाजू असेल? हिच्या नवऱ्यानं मला सगळं स्पष्ट सांगितलं होतं. काहीही न लपवता. त्याच्या भावाशी असलेले तिचे अनैतिक संबंध त्यानं उघड्या डोळ्यानं पाहिले होते. मी त्या गृहस्थांना विचारलंही होतं, 'हे सगळं मला का सांगताहात?' 'तुमच्या लेखणीवर माझा विश्वास आहे. तुमच्या शब्दांत हे जगापुढे येऊ द्या. आजकाल अनिर्बंध वागण्याला प्रतिष्ठा मिळत चाललीय हे घातक आहे. कुठंतरी थांबायलाच हवं. मी आयुष्यातून उठल्यासारखा झालोय. खरेपणा, विश्वास यावरचाच विश्वास उडालाय माझा. तुम्ही लिहाल?"...

तेवढ्यात ती काहीतरी बोलली वाटतं. तिच्या बोलण्यानं मी भानावर आले.

"ऐकताय ना? तर आमचा आटोपशीर संसार होता. श्रीमंती नव्हे, पण आहे त्यात खाऊन-पिऊन आम्ही सुखी होतो."

"किती वर्षं?"

"पहिली दहा एक वर्षं."

"त्यात कुठं संघर्ष, दुमत, भांडणं..."

"सांगते - शक्य तेवढं आणि जमेल तसं सांगते. मग वाटलं तर तुमच्या शंका विचारा."

"पहिली पाच वर्षं नवऱ्याचं हवं-नको बघायचं, त्याची आवड सांभाळायची, सासू कितीही परकेपणानं वागली तरी आपण समजून घ्यायचं, उलट उत्तरं द्यायची नाहीत, आहे त्यात टुकीनं संसार करायचा एवढंच मी करत होते. यालाच संसार म्हणतात असं वाटत होतं. काय कळत होतं मला? नवरा म्हणजे काय, सहजीवन म्हणजे काय, प्रेम म्हणजे तरी काय हे कुठं ठाऊक होतं? माझा नवरा विद्वान, सोशीक, जिद्द नसलेला, नाकाच्या शेंड्यासमोर चालणारा मनुष्य आहे - म्हणजे होता. आता विवाहविच्छेद झाल्यावर 'आहे' कसं म्हणू?"

"तर तो धर्मराजच म्हटला तरी चालेल. सत्यवचनी. दुसऱ्या स्त्रीकडे वळून पण बघणार नाही असा सज्जन"

"मग तुमचं बिनसलं कुठं?"

"संसाराला एवढंच पुरतं? अहो, स्त्रीला आवडायला आणखी काय लागतं हे मी तुम्हाला समजावून सांगू?

"माझा नवरा सतत वाचत तरी असायचा नाहीतर लिहीत तरी असायचा. मी इतर पुरुष पहात होते. त्याचं प्रेम, हसणं-खिदळणं, कौतुक... सगळंच. मला गाणं

आवडायचं. त्यांच्या भावाचा गाण्याचा क्लास होता. मी तिथं रमायला लागले. मला हळूहळू कळायला लागलं, स्त्री-पुरुषातलं नातं. तो... तो हळुवार बोलायचा. गाण्यात रमला की त्यांची तंद्री लागायची. तेव्हा तो वेगळाच वाटायचा. छान ! ऐकावा असा बघावा असा. त्याच्या बोलण्यात गाणं असायचं....''

आताही तिच्या बोलण्यातून मला 'तो' दिसत होता. त्याचं गाणं ऐकू येत होतं. तिला असं बघणंही सुंदर वाटत होतं.

...''मी हळूहळू त्याच्याकडे ओढली जात होते. त्याच्या कार्यक्रमात आता मी सहभागी होत होते. रियाज करताना घर, सासू, मुलं... सगळं विसरत होते - मलाही विसरत होते. हळूहळू बाहेरगावी कार्यक्रम होऊ लागले. मी घरापासून मनानं तुटत होते आणि त्याच्याशी जोडली जात होते. म्हणजे माझ्या संसाराकडे दुर्लक्ष करत होते असं नाही. इथं असेन तेव्हा त्यांचं, मुलांचं सगळं नीट करत होते. अगदी कर्तव्यबुद्धीनं. पण कर्तव्य आणि प्रेम यातला फरक कळतोय ना तुम्हाला?''

''मला सगळं कळतंय हो, पण एवढी वेळ आली होती तर तुम्ही तेव्हाच का नाही डिव्होर्स घेतलात?''

''ते शक्य नव्हतं. सासू, मुलं... शिवाय आपला समाज तरी हे कुठं मान्य करतो?''

''म्हणजे धोका न पत्करता प्रेम सांभाळायचं होतं असंच ना? पण या चोरट्या संबंधाची भीती नाही वाटली? का या आडवाटेनं गेलात?''

''कारण इतक्या चांगल्या आणि सज्जन नवऱ्याला मला दुखवायचं नव्हतं. शिवाय मला प्रियकर म्हणून 'तो' हवा होता; सुरक्षित जगण्यासाठी नवरा हवा होता.''

''अहो सरिताबाई, तुम्ही काय बोलताय हे माझ्यातरी समजेपलीकडचं आहे. तुमच्या वागण्यानं पूर्ण घराला तुम्ही बेवारशी केलंत. ज्या बाईनं हे घर जीव ओतून उभं केलं त्या सासूवर केवढा आघात केलात ! तिच्या एका निष्ठावंत, नेक मुलाला आयुष्यातून उठवलंत आणि दुसऱ्याला आपल्या मोहजालात ओढलंत. रडायला तिची आसवंदेखील शिल्लक ठेवली नाहीत. तुमच्या नवऱ्याचं चांगुलपण तुम्हाला मनोमन पटलं होतं तर तुम्ही दुसऱ्या माणसाच्या आहारी गेलातच कशा? त्याच्या प्रेमात पडलातच कशा?' एकावेळी दोघा-दोघांशी...''

''भले, तुम्ही तरी चमत्कारिकच आहात. 'चला आता प्रेम करू या' म्हणून कुणी करतं का? ते होतं. तसं झालं. आपोआप नकळत. ते होऊन गेलं फक्त त्यांना कळायला नको होतं...''

“आयुष्यातल्या या महत्त्वाच्या घटनेबद्दल किती सहजपणे बोलता हो! तुम्ही आई आहात. पत्नी आणि माता म्हणून काही नैतिक बंधनं तुमच्यावर आहेत !”

‘जरा थांबा. ऑफिसला जाणाऱ्या अनेक स्त्री-पुरुषांच्या बाबतीत हे घडतं. आपण पाहतो तरी त्यांचे संसार होतात ना?” स्वत:च्या गुन्ह्याचं ती समर्थन करत होती.

“हे घडतं त्यात कुणाचा तरी बळी जात असतो. याला आदर्श म्हणत नाहीत.” मी चिडून बोलले.

“मला आदर्श वगैरे सांगू नका. किती संसार आदर्श असतात? शेवटी तडजोडच ना!”

“आयुष्यात तडजोड ही करावीच लागते. आपले संसार सामंजस्यावरच उभे असतात. त्यामुळे कुटुंब टिकतात. तुम्ही म्हणता त्याप्रमाणे वागायचं ठरवलं, तर आपली कुटुंबव्यवस्थाच खिळखिळी होईल. मुलांना घर, पालक कुणाचाच आधार वाटणार नाही. पुढच्या पिढीचा विचार नको करायला?”

“पुढीची पिढी, मागची पिढी, नवरा, प्रतिष्ठा; अहो, बाईनं किती गोष्टी सांभाळायच्या? का या ओझ्याखालीच एक दिवस मरून जायचं? मग स्वत:साठी जगायचं केव्हा?”

“बाईनं काय किंवा पुरुषानं काय, कुठल्याच ओझ्याखाली जगू नये. नवरा-बायको म्हणजे एकमेकांचे गुलाम नव्हेत. हे प्रेमाचं बंधन असतं, सहवासानं वाढतं.”

“बरोबर बोललात. मी त्या प्रेमासाठीच भुकेली होती.”

“तुम्ही केलंत किंवा मिळवलंत ते प्रेम नव्हे. तुम्ही तुमची वासनापूर्ती करून घेतलीत. उद्या वेळ आली तर तुमचा तो प्रेमिक आपल्या बायकोला सोडून तुम्हाला स्वीकारेल? आणि तसं असतं तर आज जे घडलंय ते घडलंच नसतं.”

ती तडकून म्हणाली, “म्हणजे मी प्रेम करायला नको होतं? प्रेम करणं हे पाप वाटतं तुम्हाला?”

“नाही. प्रेम करणं हे पाप नव्हे. कुणाला फसवणं हे पाप. तुम्ही तुमच्या नवऱ्याला आणि त्यानं त्याच्या बायकोला फसवलं. त्यांना अंधारात ठेवून तुम्हाला मौज करायची होती. तसं नसतं तर तुम्ही दोघांनी या पूर्वीच आपापल्या भूमिका स्पष्ट करून विवाहविच्छेद घेतला असतात. नवऱ्याच्या विश्वासाचा, प्रेमाचा तुम्ही अपमान केलात. याला क्षमा नाहीच.”

“तुम्ही तर न्यायाधीशाची भूमिका घेतलीत. मला माझा संसार बिघडू द्यायचा नव्हता. मुलांच्यावर कोणताही परिणाम होऊ द्यायचा नव्हता आणि त्यांनाही दुखवायचं

नव्हतं. आमचे संबंध त्यांना कळले नसते तर आमचं सगळं ठीक चाललं होतं.''

''काय ठीक चाललं होतं? एका सज्जन, सरळ माणसाला फसवत संसार करणं म्हणजे ठीक चालणं? दुसऱ्याचं जाऊ दे; तुम्ही स्वत:लाही फसवत होतात. एकदा लक्षात आल्यावर सरळ वेगळं होऊन तुम्ही नवा संसार थाटायचा होतात. पण तुमच्यात कसलीच हिंमत नव्हती.''

''मला सांगा, एक पुरुष जर दोन स्त्रियांवर प्रेम करू शकतो तर एक स्त्री दोन पुरुषांवर प्रेम का करू शकत नाही?''

''करू शकते, पण एका वेळी नाही. त्याला प्रतारणा म्हणतात. एका वेळी तुम्ही एका माणसाशी एकनिष्ठ राहू शकत नाही? ही निष्ठाच तुम्हाला प्रेमाचा खरा अर्थ समजावून सांगू शकते. त्यातूनच त्याग, समर्पण यातला गोडवा समजू शकतो. आपलं माणूस, आपलं घर, आपली मुलं या सगळ्यांशी आपण बांधलेले असतो ते प्रेमानं, कायद्यानं नव्हे.''

''पण हल्ली पुनर्विवाह होतात. बायका नव्या माणसाशी, संसाराशी एकरूप होतातच ना?''

'होतात ना! कारण जन्मभराची सोबत हवी असते. नवऱ्याची सोबत असताना, दुसरी सोबत चोरटेपणानं जोडणं हा मला अधमपणा वाटतो. तुम्हाला तुमचं कृत्य योग्य वाटत असेल तर एक करा. आता तुम्ही एकट्या झालात. तुमच्या प्रियकराला विचारा, 'तू माझ्याशी लग्नाला तयार आहेस का?' किंवा 'मी जन्मभर तुझ्याबरोबर राहायला तयार आहे. तुझ्या घरी राहायला येऊ?' तो उघडपणे तुम्हाला स्वीकारायला तयार आहे का पाहा. मला येऊन सांगा, मी नावासह तुमच्यावर कथा लिहायला तयार आहे. माझे शब्द मी मागे घेईन.

''मला स्त्रीचं दु:ख समजू शकतं. तिच्यावर होणारा अन्याय बघून मला चीड येते. त्यावर मी लेखणी चालवते. पण स्वत:च्या स्वैर, मन:पूत वागण्याला ती जर प्रतिष्ठा देऊ पहात असेल तर मी माझ्या लेखणीचा तलवारीसारखा उपयोग करते. या आता तुम्ही. आपल्या विचारांत फार तफावत आहे.''

माझा राग उफाळून येत होता. ती बाहेर पडली. तिचं काही चुकलं असं तिला वाटतंच नव्हतं. तिच्या या बेजबाबदार वागण्याचा मुलांच्यावर काय परिणाम होईल? घर नावाच्या प्रेमळ, ऊबदार अस्तित्वाचं काय होईल? संस्कार व्याख्यानातून होत नाहीत, कृतीतून होतात. अशा माता मुलांना काय देणार? मला चिंतेत टाकून ती बाहेर पडली.

आजकालचे संसार असेच आतून पोखरलेले असतील तर नव्या पिढीपर्यंत

कुठलं विचारधन पोचत असेल? मी उत्तर शोधतेय.

माझ्या डोळ्यांपुढे समांतर रेषा दिसत होत्या. जोडीनं काढलेल्या, सोबतीनं विसावलेल्या, पण कधीच न मिळणाऱ्या...

सरिताबाई आल्या आणि गेल्या. का? भांडण, राग, होऊन गेलेल्या घटनांबद्दल वितंडवाद... अरे कशासाठी? ज्या गृहस्थांच्या आयुष्यात हे सगळं घडलं ते आता नाहीत. हे तिला माहीत आहे की नाही कुणास ठाऊक. कादंबरीत तो स्पष्ट उल्लेख आहे. तिला ते लक्षात आलं नसेल? तो गेल्याचं तिला दुःख नव्हतंच; तिचे चोरटे संबंध उघड पडले याची चीड, संताप तशी तीही तरुण नव्हे. पिकलेल्या वयातलीच. त्या सगळ्या दुःखद घटना केव्हाच काळाआड गेल्यायत. तेव्हाचे कुणी साक्षीदारही नाहीत. ही आपल्या मुलांना आपणहून यातलं काहीही सांगणार नाही. मग ही आलीच का? नसती आली तर अशी कुणी बाई अजून अस्तित्वात आहे हे मला कळलंही नसतं.

ही एक कादंबरी. नैतिकता अधोरेखित करणारी, स्त्री-पुरुषांच्या नातेसंबंधाबद्दल खूप काही सांगणारी, जीवनमूल्यांचं महत्त्व मनावर ठसवणारी. नव्या पिढीतच काही बिघडलंय असं नव्हे. हे शतकानुशतकं घडतच आलंय फक्त अलीकडे त्याचा प्रकट उच्चार होतोय. कैक वर्षांपूर्वी घडून गेलेल्या आणि दोन माणसांचं जीवन उद्ध्वस्त करणाऱ्या या कथानकाबद्दल ती एवढ्या पोटतिडकीनं का बोलली?

तिचंच पाप तिला डाचत असेल का? की पाप-पुण्याचा विधिनिषेध न बाळगणाऱ्या या बाईला आपली बाजू माझ्यापुढे मांडून स्वतःचं समर्थन करायचं असेल? काही का असेना, तिच्याही अंतर्यामी ही घुसळण एवढी वर्षं चालू होती तर!

ती आली ते बरंच झालं. त्या सत्यवचनी माणसाचं दुःख तिच्यापर्यंत पोचलं. तिचा कबुलीजबाब मला मिळाला. मी कादंबरी लिहिली ते योग्य केलं.

खरं तर मीच आज ऋणमुक्त झाले.

बाज - बावळा - बाबी

गिरिजा कीर
साहित्यिक व इतर परिचय

१. एकूण पुस्तके १०७

२. वणी (विदर्भ) येथील पहिल्या लेखिका संमेलनाच्या उद्घाटक.

३. 'स्त्री' – 'किर्लोस्कर'तर्फे 'भाजे' येथे भरलेल्या लेखिका मेळाव्यात बालवाङ्मयावर बीजभाषण.

४. मराठी साहित्य परिषद, ठाणेतर्फे भरलेल्या जिल्हा साहित्य संमेलनाच्या अध्यक्ष (१९९२).

५. चंद्रपूर (१९७९), अमरावती (१९८८), महाबळेश्वर (२००९) येथे झालेल्या अखिल भारतीय मराठी साहित्य संमेलनात कथाकथन सत्राच्या अध्यक्षा.

६. कोकण मराठी साहित्य परिषदेच्या पहिल्या लेखिका संमेलनात कथाकथन सत्राच्या अध्यक्षा (२००६, आवास - अलिबाग)

७. सावंतवाडी, कोल्हापूर, सेलू (जि. परभणी) येथे भरलेल्या बालकुमार साहित्य संमेलनात कथाकथन सत्राच्या अध्यक्षा.

८. मास्ती व्यंकटेश अय्यंगार जन्मशताब्दीनिमित्त भरलेल्या भाषाभगिनी संमेलनात 'मराठी कथा' या विषयावर निबंधवाचन.

९. भारतीय विद्याभवनात भरलेल्या भाषाभगिनी संमेलनात, चर्चासत्रात मराठीचे प्रतिनिधित्व.

१०. कथाकथनाचे भारतभर व परदेशात मिळून २००० च्या वर प्रयोग.

११ तीन वर्षे दारूबंदी विभागातर्फे कामगार वस्तीतून व कामगार स्त्रियांच्या संस्थांतून त्यांच्याशी संवाद आणि त्यांच्यासाठी कथाकथन.

१२. उन्मार्गी स्त्रिया व मुलांच्या निरीक्षणातून 'राखेतली पाखरं' या पुस्तकाचे लेखन.

१३. अमरावतीच्या शिवाजीराव पटवर्धन यांच्या कुष्ठरोगी आश्रमात (तपोवन) तीन वर्षे जाऊन कुष्ठरोग्यांशी संवाद व कथाकथन.

१४. १९८९ ते १९९१ या काळात केंद्र सरकारची अधिछात्रवृत्ती. त्या संदर्भात आदिवासी, कामगार व कनिष्ठ मध्यमवर्गीय स्त्रिया व मुले यांच्या जीवनाचा अभ्यास,

त्यावर लेखन ('इथं दिवा लागायला हवा').

१५. कोसबाडला जाऊन आदिवासी स्त्रिया व मुले यांच्या मुलाखती.

१६. दूरदर्शन व आकाशवाणीच्या अनेक कार्यक्रमांत सहभाग.

१७. नेरळ (कोतवालवाडी) येथे आदिवासी मुलांचे पालकत्व स्वीकारून, त्यांचे शिक्षण व सांस्कृतिक जीवन यावर कार्य. (१९९१ ते २००७)

१८. १९९९ पासून २०१० पर्यंत जन्मठेपेच्या गुन्हेगारांवर संशोधनात्मक लेखन व हृदयपरिवर्तनाचे कार्य. (येरवडा जेल- पुणे, आधारवाडी जेल- कल्याण, आग्वाद जेल- गोवा, कळंबा जेल- कोल्हापूर.)

१९. साहित्य अकादमीतर्फे झालेल्या चर्चासत्रात, 'स्त्रियांची आत्मचरित्रे'- या विभागाची अध्यक्ष (मुंबई).

सन्मान व पुरस्कार :

१) 'अनिकेत' कादंबरीला साहित्य परिषदेचा कै. ह. ना. आपटे उत्कृष्ट कादंबरी पुरस्कार - १९८०.

२) न्यूयार्क महाराष्ट्र मंडळातर्फे कथाकथनाच्या कार्याबद्दल विशेष मानपत्र प्रदान - १९९३ (कार्यक्रम १५०० वा).

३) 'आत्मभान' कादंबरीला 'शीतल कुलकर्णी' उत्कृष्ट साहित्य पारितोषिक, १९९४.

४) बालकुमार साहित्य संमेलनाचे उत्कृष्ट कथांचे पारितोषिक १९९४. ('एका आईचा सलाम व इतर कथा').

५) डॉ. पतंगराव कदम फाउंडेशन साहित्य पुरस्कार - १९९६.

६) पुणे मराठी ग्रंथालयातर्फे कमलाबाई टिळक पुरस्कार - १९९७.

७) महाराष्ट्र राज्य साहित्य विशेष पुरस्कार - १९९७ ('इथं दिवा लावायला हवा').

८) मराठी वाङ्मय परिषद, बडोदे, अभिरुची पुरस्कार - मार्च १९९८ ('इथं दिवा...').

९) श्री अक्षरधन स्त्री साहित्यिका पुरस्कार - मे १९९८.

१०) कुलस्वामिनी गौरव पुरस्कार (समाजकार्यासाठी), जानेवारी २०००.

११) मुंबई महानगरपालिकेतर्फे सत्कार - ८ मार्च २०००.

१२) मीरा-भाईंदर नगरपालिकेतर्फे सत्कार - मार्च २०००.

१३) ठाणे नगर वाचन मंदिरातर्फे मानपत्र - १२ एप्रिल २०००.

१४) श्री. वा. फाटक ग्रंथसंग्रहालय, विलेपार्ले (लोकमान्य सेवासंघ) यांच्यातर्फे सत्कार - फेब्रुवारी २००१.

१५) म.सा.प. अंबरनाथ शाखा यांचेतर्फे मानपत्र - नोव्हेंबर २००१.

१६) कोकण मराठी साहित्य परिषदेचा विशेष पुरस्कार - (कथासंग्रह 'दार उघड बया, दार उघड') २००२.

१७) कोकण मराठी साहित्य परिषदेचा चरित्र-आत्मचरित्रासाठी प्रथम पुरस्कार ('माझ्या आयुष्याची गोष्ट') - फेब्रुवारी २००३.

१८) कालिका प्रकाशन संस्था, गोवा— आत्मचरित्रासाठी प्रथम पुरस्कार (माझ्या आयुष्याची गोष्ट) - २००३.

१९) साने गुरुजी वाचनालय, परभणी— राज्यस्तरीय प्रथम पुरस्कार - (माझ्या आयुष्याची गोष्ट) आत्मचरित्र - २००३.

२०) चरित्र-आत्मचरित्र ना. ह. आपटे स्मृतिपुरस्कार - (कोरेगाव) (माझ्या आयुष्याची गोष्ट) - २००६.

२१) सारस्वत प्रकाशन संस्था, साहित्यातील कामगिरीबद्दल व समाजसेवेबद्दल पुरस्कार - १ मे २००३.

२२) नवोदितांच्या राज्यस्तरीय मराठी साहित्य संमेलनाच्या अध्यक्षा (जळगाव), २९-३० नोव्हेंबर २००३.

२३) रौप्यमहोत्सवी गोमन्तक मराठी साहित्य संमेलनात कथाकथन सत्राच्या अध्यक्षा - २५ जानेवारी २००४.

२४) ज्ञानदीप सेवारत्न पुरस्कार, जळगाव - २९.२.२००४.

२५) बालकुमार साहित्य संमेलनाच्या नाटिकांसाठी प्रथम पुरस्कार, 'नाटकंच नाटक' - २००४.

२६) महाराष्ट्र राज्य साहित्य पुरस्कार बालवाङ्मय, 'नाटकंच नाटक' - २००४.

२७) वारणेचा वाघ राज्यस्तरीय प्रथम पुरस्कार, कथासंग्रह - 'सृजनस्पर्श' - २००५.

२८) अखिल भारतीय मराठी बालकुमार साहित्य संमेलनाचे अध्यक्षपद - जानेवारी २००५.

२९) 'वसुंधरा आई' पुरस्कार, पुणे, ८ मार्च २००५ - समाजकार्यासाठी.

३०) कल्याण जेलतर्फे 'माई' सन्मान, ८ मार्च २००६ - समाजकार्यासाठी.

३१) श्री शारदा ग्रंथ प्रसारक संस्था, फोंडा, गोवा— चौथ्या लेखिका संमेलनाच्या अध्यक्षा - १५.११.२००६.

३२) विद्या मॅनेजमेंट ॲण्ड करिअर डेव्हलपमेन्ट इन्स्टिट्यूटतर्फे 'विद्यारत्न' पुरस्कार - २००६.

३३) 'नक्षत्रवेल' या काव्यसंग्रहास 'आनंद' पुरस्कार (चिपळूण) - २००७.

३४) 'दिवा' दिवाळी वार्षिक संस्थेतर्फे वाचक स्पर्धेतून दिलेला उत्कृष्ट लेखिका पुरस्कार - २००७.

३५) स्व. सौ. कांताबाई भंवरलाल जैन यांच्या स्मरणार्थ प्रदीर्घ साहित्यसेवा व समाजसेवा याबद्दल पुरस्कार - २००७.

३६) कै. शशिकलाताई आगाशे राज्यस्तरीय बालवाङ्मय पुरस्कार - २००७.

३७) कै. उषाताई मोहाडीकर स्मृती 'समाजभूषण' पुरस्कार - जुलै २००९.

३८-३९) महाराष्ट्र राज्य वाङ्मय पुरस्कार (२) - २००९-२०१०.

४०) 'कर्मवीर पुरस्कार -२०१०'- समाजकार्यासाठी - १५ मार्च २०१०.

४१) संजीवनी मराठे साहित्यसखी ग्रंथश्रेष्ठता पुरस्कार, पुणे- २३ एप्रिल २०१०.

४२) इंदिराजी वीरांगना अ.भा.महिला साहित्य संमेलन अध्यक्ष, पुणे - ३१ ऑक्टोबर २०१०.

४३) साने गुरुजी कथामाला अ.भा. अधिवेशन ४५ वे, बालकांच्या सत्राची अध्यक्ष, गडहिंग्लज- १ जानेवारी २०११.

४४) श्री शिवशक्ती सामाजिक प्रतिष्ठान, मुंबई, 'साहित्यरत्न गौरव पुरस्कार' - २० फेब्रुवारी २०११.

४५) मुंबई महानगरपालिका कुसुमाग्रजदिन, प्रमुख पाहुण्या, पालिकेतर्फे सत्कार - २८ फेब्रुवारी २०११.

४६) प्रकाशभाई मोहाडीकर लिखित 'मायमाऊली सानेगुरुजी' या पुस्तकाच्या १३ व्या आवृत्तीचे गिरिजा कीर यांच्या हस्ते प्रकाशन, मन:शक्ती केंद्र, लोणावळा - ३ मे २०११.

४७) 'सारस्वत प्रकाशन' तर्फे साहित्यातील योगदान व समाजकार्यासाठी सन्मान- २०१२.

४८) श्री संत कल्याणसेवक महाराज, संकेश्वर, जिल्हा बेळगाव यांच्या जन्मशताब्दीनिमित्त साहित्यातील योगदानाबद्दल व समाजकार्यासाठी पुरस्कार - २०१२.

४९) कोकण मराठी साहित्य परिषद, रत्नागिरी - 'गोष्ट सांगतेय ऐका' या कथासंग्रहाला पुरस्कार - २०१२.

५०) ग्रंथोत्तेजक संस्था, पुणे, 'जन्मठेप' या पुस्तकाला पुरस्कार - २०१३.

५१) श्री. दलुभाऊ जैन अखिल भारतीय मराठी 'साहित्यभूषण पुरस्कार' - ऑगस्ट २०१४.

५२) को. म. सा. प. तर्फे नाट्यलेखन स्पर्धा - 'अळीमिळी गुप्‌चिळी' नाटकास द्वितीय पुरस्कार - २०१५.

संपादित मासिके - वार्षिके

१) 'रंगत' या मासिकाचे काही काळ संपादन.

२) 'सारस्वत चैतन्य' या दिवाळी अंकाचे संपादन - १९८८.

३) 'गंधाली' दिवाळी अंकाचे संपादन - १९९२.

अन्य भाषांत गेलेले साहित्य :

१. भारतीय निवडक कथा या उर्दू अकादमीने प्रसिद्ध केलेल्या संग्रहात 'ट्रे' कथेचा समावेश.

२. कानडी, तेलुगू, गुजराती या भाषांतून काही कथांची भाषांतरे.

३. 'श्रेष्ठ बाल कहानियाँ' या भारतीय भाषांतील निवडक बालकथांत 'कुडुअम्मा बुडुस्वामी व फटुडी' या कथेचा समावेश.

४. इंडियन एक्स्प्रेसच्या 'कॅलिडसस्कोप'मध्ये त्या महिन्याची उत्तम कथा - 'त्या दोघी आणि एक स्वप्नभूल' (इंग्रजी).

५. 'फेमिना'मध्ये 'आभाळमाया' कादंबरी साररूपात (इंग्रजी).

६. 'नवनीत'मध्ये 'अनिकेत' कादंबरी साररूपात (हिंदी).

७. उडिया भाषेत 'मनबोली' या कथासंग्रहाचे भाषांतर पुस्तकरूपात प्रसिद्ध झाले. ('मनकथा') फेब्रुवारी २००२.

८. 'Mumbai Bebhu'या कन्नड पुस्तकात 'घर' ही कथा समाविष्ट, अनुवाद अकादमी, कर्नाटक गव्ह. बंगळुरू - २०१५.

अन्य प्रसिद्धी :

१. 'गिरिजायन' (गिरिजा कीर - व्यक्ती आणि वाङ्मय), समीक्षा ग्रंथ, फेब्रुवारी २००३, चांदणवेल प्रकाशन, अंबरनाथ.

२. आकाशवाणीवर 'आत्मभान' व 'अनिकेत' या स्वत:च्या कादंबऱ्यांचे क्रमशः वाचन व श्री. ज. जोशीलिखित 'आनंदीगोपाळ' कादंबरीचे क्रमशः वाचन.

३. पंतप्रधान इंदिरा गांधी यांनी राष्ट्राला उद्देशून केलेल्या भाषणाचे मुंबई आकाशवाणीवर मराठी वाचन.

४. 'डिस्कव्हरी ऑफ इंडिया' या पंडित नेहरूंच्या पुस्तकाचे आकाशवाणीवर मराठीत रूपकात्मक सादरीकरण.

५. 'सखी-सहचरी' ही टेलिफिल्म प्रसारित.

६. 'आवर्त' ही दूरदर्शनमालिका प्रसारित.

७. दूरदर्शनवर 'आयुष्यात कधी कधी---' मालिका प्रसारित - २००४.

८.अ) 'सह्याद्री' वाहिनीवर दीर्घ मुलाखत.

ब) 'ई' वाहिनीवर दीर्घ मुलाखत.

क) मुलांनी घेतलेली बालविभागासाठीची मुलाखत - सह्याद्री वाहिनी.

९. 'रुद्रवाणी' पाक्षिकाचा गिरिजा कीर विशेषांक - २००३.

१०. 'शामशब्द' वार्षिकाचा गिरिजा कीर विशेषांक - २००४.

११. 'झी' वाहिनीवर दीर्घ मुलाखत - डिसेंबर २००६.

१२. कोकण मराठी साहित्य परिषदेच्या चौथ्या मुंबई जिल्हा साहित्य संमेलनाच्या अध्यक्षा - १० फेब्रुवारी २००७.

१३. 'गिरिजा कीर - व्यक्ती आणि वाङ्मय' या विषयात प्रा. एकनाथ आळवेकर यांना पीएच. डी.

१४. 'नयन करंडे स्मारक'च्या रौप्यमहोत्सवी संमेलनाच्या अध्यक्षा - १८ फेब्रुवारी २००७.

१५. वृत्तपत्रलेखक संघ - कुसुमाग्रजदिन - प्रमुख अतिथी- २७ फेब्रुवारी २००८.

१६. 'माझ्या आयुष्याची गोष्ट' या आत्मचरित्राचे आकाशवाणीतर्फे वाचन.

१७. 'सारस्वत प्रकाशन'तर्फे १०० व्या पुस्तकानिमित्त सत्कार - २४ एप्रिल २०१०.

१८. १०१ व्या पुस्तकाचा 'जन्मठेप'चा प्रकाशन समारंभ, दादर -मुंबई, आयोजक— सारस्वत बँक.

१९. दूरदर्शनवर 'आत्मभान' मालिका - जुलै २०१३.

२०. आकाशवाणीवर नाटकं व एकांकिका प्रसारित, 'अळीमिळी गुपचिळी' (२ तासांचे नाटक), एकांकिका प्रसारित, 'काय तुझ्या मनात - सांग माझ्या कानात', 'याचं उत्तर काळ देईल' (२ तासांचे नाटक), पुणे केंद्रावरून प्रसारित 'मी तुझी वाट पाहतेय' - २०१४.

***